Mwanangu Rudi Nyumbani

Dotto Rangimoto

Diwani hii ilishinda Tuzo ya Kiswahili ya Mabati-Cornell ya Fasihi ya Afrika ya mwaka 2017. Washindi walitangazwa na Mwenyekiti wa Bodi ya Wadhamini, Abdilatif Abdalla, tarehe 15 Januari, 2018.

KIMECHAPISHWA NA
Mkuki na Nyota Publishers Ltd
S. L. P 4246
Dar es Salaam, Tanzania
www.mkukinanyota.com

© Dotto Rangimoto 2018

ISBN 978-9987-083-74-9

Haki zote zimehifadhiwa. Hairuhusiwi kunakili, kuhifadhi, kuchapisha kwa njia ya kielektroniki au mekaniki, kutoa vivuli, kurekodi au kubadili sehemu yeyote ya kitabu hiki kwa njia, namna au mfumo wowote bila idhini ya maandishi kutoka kwa mchapishaji Mkuki na Nyota Publishers Ltd.

Tembelea tovuti yetu www.mkukinanyota.com kujua zaidi kuhusu vitabu vyetu na jinsi pa kuvipata. Vilevile utaweza kusoma habari na mahojiano ya waandishi pamoja na taarifa za matukio yote yanayohusu vitabu kwa ujumla. Unaweza pia kujiunga na jarida pepe letu ili uwe wa kwanza kupata taarifa za matoleo mapya zitakazotumwa moja kwa moja kwenye sanduku la barua pepe yako.

Vitabu vya Mkuki na Nyota vinasambazwa nje ya Afrika na African Books Collective.
www.africanbookscollective.com

Yaliyomo

DIBAJI	1
MWANANGU RUDI NYUMBANI	3
MWANANGU SITAKABARI	4
KOMA MWANANGU	5
NISIKILIZE MWANANGU	6
MWANANGU SEMA AMINI	7
MWANA SIYAAMSHE MAPENZI	8
MWANANGU MUME KAHAWA	9
MWANA SIKIZA URONGO	11
MWANA SISHIKE BATILI	12
MAJUTO YA MAMA	13
MAMA NA MWANA	14
MAMA NIMESHAKUWA	16
TAMBIKO IMESHAPITA	17
PENZI	18
MAPENZI SIYO HESABU	19
NIPEPEE	22
NAMPENDA MMOYA	22
NJOO	23
MAPENZI SI MAFULUSI	24
SIJUWI KUWACHA	25
UMEIKUMBUKA NDIZI	26
AFIRIKA YANGU	27
WAAFRIKA TUNA MAMBO	29
NENO LIKIOTA MENO	30
TUYAENZI YA MWALIMU	31
KUKU ZINDUKA AKILI	33
NA IPAMBAUKE HAKI	34
DHALIMU MADHULUMU	34
KUKOSA SI KUONEWA	35
NIFANYE NINI?	36
LIPI KOSA LANGU?	37
TULIYA TULIZA KICHWA	37
USO NYAMAZA KUSEMA!	38
SIONE UKADHANI	39
MAVI YA MBUZI	40
NDUGU ZANGU NAWAJUWA	41
SIKIZA FEDHULI	42
MCHWA WACHA KUJIFUTUWA	43
KISO CHAKO HUKISHIKI	44

MAONO	45
NAONA MSOYAONA	46
DEREVA KIPOFU	47
HAMSINI MAJINUNI	48
UKIONACHO NDOTONI	54
MANENO YENYE MENO	54
MWANA SIKIZA MGANGA	55
NIMETAFAKARI	56
UJINGA	57
WAJA HATUNA HIYARI	57
UKWELI NDIVYO ULIVYO	58
SIKIZA MOYO WANGU	59
SIDHARAU KAZI	61
RIZIKI NI MAJALIWA	62
NDONDO SIYO CHURURU	62
SI BURE NINAYO NGOMA	63
MUNGU NIPA PUMZIKO	64
SIKU YA TAFAKURI	65
KABURI HUTOSHEKI?	65
KWA HERI SAMWEL SITTA	66
NAJA KILUNGA	67
MJAZA SAFU	68
NISIKIZE KIONGOZI	69
DHIMA YA MWENYE KIU	73
MSIBA	73
UMARIDADI WA PAKA	74
MAISHA YANGU	74
MITIHANI	75
LEO NAAGA DUNIA	76
TUKIPENDE KISWAHILI	77
ZIVINDO	78
MPENZI JINI	79
MAPENZI HAYADUMU	79
KAPATIKANA	80
MSUMARI	81
SI DOGO	82
NIMECHOKA	82
HUWEZI	84
NIMEJIFUNZA SI HABA	84
KUTUNGA	85

Utangulizi

Muswada huu umesomwa na majaji watatu: Ken Walibora Waliaula (Mwenyekiti wa Majaji), mwanataaluma na mwandishi; Daulat Abdalla Said, mwanataaluma na mwandishi, anayesomesha Chuo Kikuu cha Taifa cha Zanzibar; na Ali Attas, mwandishi na mwalimu wa Kiswahili na Kiingereza, Wizara ya Mambo ya Nchi za Nje, Japan.

Wakizingatia historia ndefu ya uandishi katika lugha ya Kiswahili, majaji wa Tuzo ya Kiswahili ya Mabati-Cornell ya Fasihi ya Afrika wameeleza:

> *Mashairi yaliyomo katika diwani hii yametumiliwa lugha iliyojaa taswira na majazanda yanayowakilisha vyema hisia zinazoelezwa katika dhamira mbalimbali.*
>
> *Mshairi amefaulu sana kuzitumia mbinu na miundo kadha wa kadha ili kuyajadili maswala yanayohusu hali na mazingira tafauti tafauti katika maisha ya binadamu. Anayazungumza maswala mazito mazito, lakini kwa namna ambayo hayamuelemei msomaji wake. Bali, badala yake, huwa yanamhimiza aendelee kuyasoma. Hata yale maswala makongwe, kwa mfano uhusiano baina ya wazazi na wana wao, yanajadiliwa kwa namna ya kuvutia na kuyafanya kama kwamba ndiyo mwanzo yanaanza kujadiliwa sasa.*
>
> *Dotto Rangimoto ni mtunzi stadi. Na diwani hii ni mchango mkubwa katika ushairi wa Kiswahili wa zama zetu hizi.*

Dibaji

Diwani ya Dotto Rangimoto ya *Mwanangu Rudi Nyumbani* inatumia lugha tamu yenye 'maneno mateule,' kama alivyosema mshairi mahiri wa Kiswahili, Shaaban bin Robert. Tokeo la maneno haya mateule ni dhihirisho kamili la umbuji mkubwa unaomwezesha mtunzi kujenga muwala na mtiririko katika tungo zilizomo humu. Baadhi ya watunzi hutunga kwa kutupatupa kivoloya vina na mizani wakidai wanafuata arudhi ya tunzi wa mashairi ya Kiswahili. Sivyo alivyofanya Rango Moto katika diwani hii. Mtunzi amezingatia arudhi bila kulazimisha maneno katika kutafuta kukidhi haja ya urari wa vina na mizani. Aidha maneno yake yanaibua hisia mbalimbali muafaka kuambatana na maudhui husika.

Mtunzi amefaulu sana katika kutumia nafsi neni anuwai katika mashairi yake ili kuendeleza maudhui yake. Kauli za nafsi neni ni nzito na mwafaka na zinamwezesha msomaji kubaini bila tashwishi yoyote mkondo na mwelekeo wa kisemwacho na yule asemaye. Isitoshe katika tungo zake za kiusimulizi, mtunzi amefanikiwa kabisa kusawari mandhari inayoendeana na maudhui yake. k.m katika ngonjera ya 'Mama Na Mwana,' mandhari ya zamani, sasa na baadaye zinasawiriwa kwa mafanikio.

Kwa fani na mtindo mtunzi huyu hakupungukiwa kwa lolote. Ameandika mashairi ya kila nui kwa kutumia mbinu mbalimbali kwa mafanikio makubwa. Ametumia taswira za kuvutia zinazomwezesha kusawiri hali na mambo kadha wa kadha. Kwa jumla, katika *Mwanangu Rudi Nyumbani* nimevutiwa hasa na jinsi ambavyo mtunzi anazungumzia maudhui yanayohusu hali halisi ya mwanadamu kwa kutumia lugha ya kuvutia. Ninatumaini kwamba nawe msomaji utafurahia uhondo uliomo katika tungo hizi maridhawa.

Sina budi kuwashukuru waandalizi wa Tuzo ya Uandishi ya Mabati-Cornell mwaka 2017 walionishirikisha katika mchakato wa kutathmini na kuteua washindi ambapo diwani hii iliibuka kidedea katika upande wa ushairi. Aidha ninawashukuru kwa dhati wanajopo wenzangu Daulat Said wa Chuo KIkuu cha Taifa Zanzibar (SUZA) na Ali Attas wa Japan. Mwishowe ninashukuru Walter Bgoya wa kampuni wa Mkuki na Nyota kwa kunikhitari kuandika dibaji ya diwani hii.

Ken Walibora
Mwenyekiti wa Jopo la Waamuzi
Tuzo ya Uandishi ya Mabati-Cornell (2017)
Nairobi, Aprili 25, 2018

MWANANGU RUDI NYUMBANI

1. Nimeomba hii simu, mwanangu kukupigiya,
   Kuna jambo la muhimu, nataka kukuambiya,
   Lahusu Dar Salamu, huko uko jichimbiya.
   Mwanangu rudi nyumbani, Mzizima huiwezi.

2. Mzizima huiwezi, mwanangu hebu sikiya,
   Panyarodi nao wezi, kilema watakutiya,
   Jua hawana mbawazi, watu wanapo'ibiya,
   Mwanangu rudi nyumbani, Mzizima huiwezi.

3. Kila kitu nafahamu, huko yanayotukiya,
   Joto kama jahnamu, sababu zenu tabiya,
   Si nyingine ni wazimu, wa misitu kuvamiya,
   Mwanangu rudi nyumbani, Mzizima huiwezi.

4. Mwanangu kukosa kazi, mamiyo ninaumiya,
   Kimombo haukiwezi, nao ndiwo watumiya,
   Usaili huchomozi, kama bubu wabakiya,
   Mwanangu rudi nyumbani, Mzizima huiwezi.

5. Foleni mwaita jamu, zimejaa kila njiya,
   Tambuwa yakudhulumu, pia yatia udhiya,
   Mlowapa majukumu, huenda wamesinziya,
   Mwanangu rudi nyumbani, Mzizima huiwezi.

6. Upangaji makaazi, kinyaa mwana watiya,
   Hasa huko kwa waswazi, pana tabu kuingiya,
   Magari kufika kazi, vipi moto 'kitukiya?
   Mwanangu rudi nyumbani, Mzizima huiwezi.

7. Tama narudisha simu, mwenyewe asubiriya
   Rudi sikwepe jukumu, shamba nakuandaliya,
   Ndiyo waanza msimu, na mvuwa za kupandiya,
   Mwanangu rudi nyumbani, Mzizima huiwezi.

MWANANGU SITAKABARI

1. Mwanangu ewe mwanangu, leo nataka kulonga
   Kila jambo ni la Mungu, kheri na shari hupanga,
   Tamu lageuka chungu, asali yawa pakanga,
   Duniya hino duniya, mwanangu sitakabari.

2. Mwanangu sicheke ufa, kumbuka kuna Jaliya,
   Siringe kutaka sifa, kiburi ukajitiya
   Aliye na afya hufa, mgonjwa akabakiya,
   Duniya hino duniya, mwanangu sitakabari.

3. Mwanangu hebu elewa, nakuomba zingatiya,
   Ugonjwa ni majaliwa, mauti ni yetu njiya,
   Hupona mkusudiwa, hufa mshika jambiya,
   Duniya hino duniya, mwanangu sitakabari.

4. Mwanangu naomba shika, nisemayo siyo siri,
   Haya yamethibitika, kitambo tena dahari,
   Jiti bichi lakauka, lilo kavu lanawiri,
   Duniya hino duniya, mwanangu sitakabari

5. Mwanangu sifanye ngenga, usitambiye ukwasi,
   Mambo ukiyabananga, tamkufuru Qudusi,
   Mbiyo hushinda kinyonga, aachwa mbali farasi,
   Duniya hino duniya, mwanangu sitakabari.

6. Mwanangu usiwe chizi, cheo huwezi miliki,
   Nataka ujuwe wazi, hakina hatimiliki,
   Chifu awe mjakazi, mtumwa awe maliki,
   Duniya hino duniya, mwanangu sitakabari.

7. Mwanangu yana Karima, kupanda hata kushuka,
   Uwende mbele na nyuma, ufanye unavyotaka,
   Mla chunga hula nyama, wa nazi hupata daka,
   Duniya hino duniya, mwanangu sitakabari.

8. Mwanangu sicheke mamba, nawe mto hujavuka,
   Kwa kiburi ungatamba, hupindui la Rabuka,
   Hukosa aliyeomba, hupata asiyetaka,
   Duniya hino duniya, mwanangu sitakabari.

9. Mwanangu sifanye inda, aliyepewa kapewa,
   Ujuwe kheri ya shinda, kiumbe alojaliwa,
   Ukijuwa vya kutenda, sisaahu kutendewa,
   Duniya hino duniya, mwanangu sitakabari.
10. Mwanangu niendelee, ama kikomo nitiye,
    Nilosema sichezee, yashike sipuuziye,
    Kitaka uogelee, wasia uzingatiye.
    Duniya hino duniya, mwanangu sitakabari.

KOMA MWANANGU

1. Koma mwana nakuasa, duniya hino yatisha,
   Koma tena koma hasa, siyapupiye maisha,
   Koma sicheke garasa, turufu huja na kwisha,
   Koma mwanangu koma, koma uishi salama.
2. Koma kumcheka mamba, mtoni wenda kupita,
   Koma kwako kujigamba, kuteta ulo wakuta,,
   Koma kujitiya mwamba, kwa wembe utakukata,
   Koma mwanangu koma, koma uishi salama.
3. Koma kutia mchele, bila tuwi kupunguza,
   Koma usisonge mbele, anza njia kuchunguza,
   Koma wangu chaudele, nisije kukucharaza,
   Koma mwanangu koma, koma uishi salama.
4. Koma kupiga wakati, ukumbuke ni ukuta,
   Koma kuzidi kuchati, fesibuku mara twita,
   Koma leo sikuwati, yasije yakakukuta,
   Koma mwanangu koma, koma uishi salama.
5. Koma nami nimekoma, kiti chako nilikaa,
   Koma usije pogoma, yaani kama kichaa,
   Koma ninaweka koma, yatosha niloandaa,
   Koma mwanangu koma, koma uishi salama.

NISIKILIZE MWANANGU

1. Nisikize ewe mwana, usiya wangu pokeya,
   Hali yangu mbaya sana, mwenyewe wajioneya,
   Maradhi yamekazana, sioni pa kuponeya,
   Sijiwezi sitapona, kaburi laningojeya.

2. Nisikize kwa mapana, yapate kukueleya,
   Usikughuri ujana, uzee wakungojeya,
   Leo mtoto wa jana, chunga usije koseya,
   Sijiwezi sitapona, kaburi laningojeya

3. Nisikize we kijana, ulipo nimetokeya,
   Siku zangu zilofana, siwezi kuzirejeya
   Na kifo tunapigana, kushindwa naelekeya,
   Sijiwezi sitapona, kaburi laningojeya.

4. Nisikize pulikana, muda koma kuchezeya,
   Lile la kuwezekana, lifanye sije ngojeya,
   Kamwe haurudi tena, muda ukishapoteya,
   Sijiwezi sitapona, kaburi laningojeya.

5. Nisikize nina nena, 'sidhani nakukemeya,
   Sijawahi kupa gana, ulevi sijakugeya,
   Bange mwanangu dubwana, usije lisogeleya,
   Sijiwezi sitapona, kaburi laningojeya.

6. Nisikize kwa maana, duniya yachechemeya,
   Muabudu Subhana, kwa khofu kunyenyekeya,
   Usiku ama mchana, ibadani elekeya,
   Sijiwezi sitapona, kaburi laningojeya.

7. Nisikize tulizana, mamiyo najiendeya,
   Huna baba wala nina, uanze jitegemeya,
   Mali ya kukupa sina, ela jembe nakugeya,
   Sijiwezi sitapona, kaburi laningojeya.

8. Nisikize waja ona, haya ninayo ongeya
   Riziki siyo dafina, si kamari 'taoteya
   Inataka kupambana, siketi kuingojeya,
   Sijiwezi sitapona, kaburi laningojeya.

9. Nisikize wako nina, ninayosema rejeya,
   Kuna neno la mtana, usiku lenda poteya,
   Ujifunze kunong'ona, na siri kujiwekeya,
   Sijiwezi sitapona, kaburi laningojeya.

10. Nisikizemi kwa kina, upate kuendeleya,
    Ukakope kama huna, mtaji kuongezeya,
    Ukishikwa shikamana, mbeleko sije chezeya,
    Sijiwezi sitapona, kaburi laningojeya.

MWANANGU SEMA AMINI

1. Mwana ninayekupenda, naomba sema amini,
   Mungu Anayetulinda, Akukinge na majini,
   Wale wanao kuwinda, Rabbi Awabwage chini.
   Namuomba Rahmani, Akupe wewe ushindi

2. Uvune ulichopanda, shuke moja themanini,
   Kama ni nyavu watanda, uwe *king* baharini,
   Iwe unafuga kunda, waanguwe ishirini,
   Namuomba Rahmani, Akupe wewe ushindi.

3. Wanotaka kukuponda, wasiweze abadani,
   Viumbe wafanya inda, hasa wale mafatani,
   Mwanangu utawashinda, kwa uwezo wa Manani,
   Namuomba Rahmani, Akupe wewe ushindi.

4. Tazama unavyokwenda, sema na wayo njiyani,
   Ndiya ni sawa kupinda, mwana siwate imani,
   Mwenyenzi Atakulinda, uishinde mitihani,
   Namuomba Rahmani, Akupe wewe ushindi.

5. Kiti usije kukonda, kwa kudekeza rohani
   Yote unayoyatenda, yakufae maishani,
   Usije ukawa punda, mpigwa barabarani,
   Namuomba Rahmani, Akupe wewe ushindi.

MWANA SIYAAMSHE MAPENZI

1. Anachonong'ona mwezi, kiza anakisikiya,
   Usiwe kama mkizi, uketi kwa kutuliya,
   Chunga nyayo utelezi, usije ukaumiya,
   Siwache hisia wazi, mapenzi kuyapupiya.
   Siyaamshe mapenzi, kama wataka jazua.

2. Kinachosemwa na Jua, nuru kinamfikiya,
   Utampata tambua, mwenza aliye tuliya,
   Moyo utaanza jua, hisi zitafuatiya,
   Mwili japo wasumbua, nakuomba vumiliya.
   Siyaamshe mapenzi, kama wataka jazua

3. Kinachotegwa na wingu, mvua anakiteguwa,
   Sikiza maneno yangu, kama hutaki uguwa,
   Mapenzi siyo mizungu, hilo vema ukijuwa,
   Ila ni kizunguzungu, kama bado hujajuwa
   Siyaamshe mapenzi, kama wataka jazua.

4. Anachoficha bahari, upwa unakifichuwa,
   Mwenyenzi akusitiri, naiomba hino duwa,
   Useme na yako siri, isije kukuumbuwa,
   Waja wapate habari, mwana unavyouguwa.
   Siyaamshe mapenzi, kama wataka jazua.

5. Miti yote husikiya, sauti yake upepo,
   Inapenda kutuliya, na kusimama ilipo,
   Haiwezi jizuiya, vimbunga vitokeyapo,
   Ile ilojiachiya, hung'oka papo kwa hapo,
   Siyaamshe mapenzi, kama wataka jazua.

6. Yalo ndani ya mtungi, yafaa ulizwa kata,
   Duniyani kuna mengi, jiandae kuyakuta,
   Kwa pupa sivae ringi, ili usije kujuta,
   Waweza kwaa kigingi, na mikosi kukupata,
   Siyaamshe mapenzi, kama wataka jazua.

7. Kila anoomba chumvi, huombea chungu chake,
   Aliyeuchonga mvi, alijua windo lake,
   Sidharau mwenye mvi, jifunze kutoka kwake,

Tamati nakunja jamvi, niliyosema yashike,
Siyaamshe mapenzi, kama wataka jazua.

MWANANGU MUME KAHAWA

1. Mwana kaliya kigoda, kabla ya ndoa kupita,
   Keti sipoteze muda, muda mwanangu ukuta,
   Nikufunze yalo ada, kesho usije kujuta,
   Ile chungu ndiyo tamu, mwanangu mume kahawa.

2. Nianze kukupongeza, kupata ubavu wako,
   Shukuru sana Muweza, uswalipo salla zako,
   Kila pande kaangaza, ila kavutika kwako,
   Ile chungu ndiyo tamu, mwanangu mume kahawa.

3. Mume usijemkwaza, wakanye rafiki zako,
   Yao na iwe baraza, wasijuwe chumba chako,
   Maneno mkimaliza, rejeya chumbani mwako.
   Ile chungu ndiyo tamu, mwanangu mume kahawa.

4. Unapotoka nyumbani, kichwa usiwache wazi,
   Iwe waenda sokoni, au kuona wazazi,
   Inamisha macho chini, simkere mkumbazi.
   Ile chungu ndiyo tamu, mwanangu mume kahawa.

5. Sitoke bila kuaga, mwanangu ninakujuza,
   Iwe homa yanipiga, hadi ndani ya jeneza,
   Uanze simu kupiga, mumeo kumueleza,
   Ile chungu ndiyo tamu, mwanangu mume kahawa.

6. Hodi hodi vijumbani, kama vile paparazi,
   Msubiri tuli ndani, lala kama huna kazi,
   Kushinda kwa majirani, tamkera laazizi,
   Ile chungu ndiyo tamu, mwanangu mume kahawa.

7. Usilete ushindani, kwa mume nakuusiya,
   Msikize wa ubani, kila anokuambiya,
   Lilo kinyume na dini, kukataa si hatiya.
   Ile chungu ndiyo tamu, mwanangu mume kahawa.

8. Akikwita itikiya, rabeka mpenzi wangu,
   Sauti ya kubaniya, na jicho lako la kungu,
   Haraka asijechukiya, siku uione chungu,
   Ile chungu ndiyo tamu, mwanangu mume kahawa.

9. Siwate dada wa kazi, mumeo kumpikiya,
   Sawa azikune nazi, na nyama kukukatiya,
   Ila kuunga mchuzi, sipende kumuachiya,
   Ile chungu ndiyo tamu, mwanangu mume kahawa.

10. Ukae pembeni mwake, anapokula chakula,
    Kumlisha usichoke, chochote anachokula,
    Mume asiwe mpweke, akatafuta badala.
    Ile chungu ndiyo tamu, mwanangu mume kahawa

11. Ugomvi mwishowe ndani, nnje wasije sikiya,
    Sijaribu asilani, ya ndani kusimuliya,
    Huo ni uhayawani, sidhani nakutaniya,
    Ile chungu ndiyo tamu, mwanangu mume kahawa.

12. Mume ana hadhi yake, hivyo ataka adabu,
    Akiwa na jekejeke, sema naye taratibu
    Akitishia mateke, kunywa maji simjibu,
    Ile chungu ndiyo tamu, mwanangu mume kahawa.

13. Kwa mume kuna furaha, anayoweza kukupa,
    Ela yapo ya karaha, kuzidi yaliyo hapa,
    Nisemayo si mzaha, mwana usijeyatupa,
    Ile chungu ndiyo tamu, mwanangu mume kahawa.

14. Kuna jambo ulishike, kama wataka thawabu,
    Pepo utapata kwake, kwa huyo wako muhibu,
    Ukitaka radhi zake, usende kumpa tabu,
    Ile chungu ndiyo tamu, mwanangu mume kahawa.

15. Baada Jua kutuwa, mwana usende mahala,
    Vyovyote itavyokuwa, uwe wa mwisho kulala,
    Rauka kama wajuwa, kazi baada ya salla.
    Ile chungu ndiyo tamu, mwanangu mume kahawa.

16. Siri sitoifukiya, inonitoma mtima,
    Ingawa nafurahiya, kwa mbali moyo watoma,

      Leo zijuwe hisia, hisia za wako mama,
      Ile chungu ndiyo tamu, mwanangu mume kahawa.

17. Furaha kuoza mwana, mwanangu nakuambia,
    Ila ukiwaza sana, majonzi waniachia,
    Kule kutegemeana, hivi ndivyo kwaishia,
    Ile chungu ndiyo tamu, mwanangu mume kahawa.

18. Najiona nimechacha, sijiwezi kwa huzuni,
    Weye ndiwe wangu pacha, nikiwemo shughulini,
    Jembe langu laniwacha, lenda kwa wake ayuni,
    Ile chungu ndiyo tamu, mwanangu mume kahawa.

19. Nenda kalete mchicha, halafu wende dukani,
    Kisha katupe machicha, usafishe na mezani,
    Usiku waenda kucha, niko mwenyewe nyumbani,
    Ile chungu ndiyo tamu, mwanangu mume kahawa.

20. Ishirini nimegota, nafunga wangu uneni,
    Neno moja nimewata, mwanangu kuna ukweni,
    Utaenda kuwakuta, wapende toka moyoni,
    Ile chungu ndiyo tamu, mwanangu mume kahawa.

MWANA SIKIZA URONGO

1. Unapojuwa ukweli, kisha sikiza urongo,
   Ni raha utakubali, kumsikiza mrongo,
   Mara lile mara hili, ushasoma lake lengo,
   Tulia mwanangu tuli, sijaribu towa nyongo,
   Mwana sikiza urongo, zingatiya ilo kweli.

2. Wata amalize yote, naomba sitiye neno,
   Ya Unguja hata Pate, ayaseme kwa mawano,
   Kumbe umepita kote, na ukafanya kigono,
   Wazijua zake kete, mnase bila ndowano,
   Mwana sikiza urongo, zingatiya ilo kweli.

3. Afanye juu kupaa, mithili yake kwarara,
   Usipatwe na fazaa, wala sifanye harara,
   Atakuja tu kukaa, akiwa ameparara

Auguliye kwa njaa, simpatiye karara,
Mwana sikiza urongo, zingatiya ilo kweli.

4. Mwana usiwe jununi, kusaka kuku jaani,
Haraka hasa ya nini, msubiriye bandani
Ondowa shaka moyoni, jioni tarudi ndani,
Huishia ukingoni, mkimbia sakafuni,
Mwana sikiza urongo, zingatiya ilo kweli.

5. Akisha tiya kikomo, hapo mzodowe mato,
Soma yote yaliyomo, koma siseme mkato,
Sinene mumo kwa mumo, siyogope piga kato,
Mfunde na mpe somo, ghururi hazina pato,
Mwana sikiza urongo, zingatiya ilo kweli.

MWANA SISHIKE BATILI

1. Ridhisha dhamiri yako, ndipo utake ridhiwa,
Weka wazi hoja zako, siyogope laumiwa,
Shika msimamo wako, wayumbao huchezewa,
Mwana sishike batili, hata kama waumiya.

2. Ukweli kaa la moto, huchoma aushikaye,
Njia yake si mkato, yataka ujiandaye,
Fedha hutobowa mato, ili kweli ukataye,
Mwana sishike batili, hata kama waumiya.

3. Ukweli kwenye siasa, kama upepo na tanga,
Chafu watalitakasa, zuri watalibananga,
Ela mimi nakuwasa, shikamana kama nanga,
Mwana sishike batili, hata kama waumiya.

4. Ukweli katika Dini, huwacha mengi maswali,
Madhahabu na imani, yana rangi mbalimbali,
Ila nakupa yakini, ipo moja ya ukweli,
Mwana sishike batili, hata kama waumiya.

MAJUTO YA MAMA

1. Keti kaliya mbacha, nieleze kwa undani,
   Sema pasina kuwacha, yalotokeya nyumbani,
   Kwanini amekuwacha, mume wako wa ubani,
   Haujamaliza mwaka, una talaka rejeya.

2. Hujatimu hata mwaka, tangu akuweke ndani
   Leo uko na talaka, na begi yako kichwani,
   Nambie nitowe shaka, umefanya kosa gani?
   Haujamaliza mwaka, una talaka rejeya.

3. Sura nitaficha wapi, kwa ndugu na majirani?
   Niseme urongo upi, waelewe mtaani,
   Jibu lama'na hunipi, kweli weye kisirani,
   Haujamaliza mwaka, una talaka rejeya.

4. Nilobisha mara nyingi, yamethibiti nadhani,
   Walisema watu wengi, mwanangu weye shetani,
   Wafanya machafu mengi, mithili ya hayawani,
   Haujamaliza mwaka, una talaka rejeya.

5. Walisema huna soni, uonacho watamani,
   Zikikujaa pomoni, faragha huwa shakani,
   Ulifumwa koridoni, bafuni na kichakani,
   Haujamaliza mwaka, una talaka rejeya.

6. Kama moto wa kifuu, wafuka mwako chumbani,
   Mume wampanda juu, na kuleta ushindani,
   Umechanjiya miguu, kutwa waranda njiyani,
   Haujamaliza mwaka, una talaka rejeya.

7. Majuto ni mjukuu, leo miye ninajuta,
   Sikusikiya wakuu, neno lao sikufata,
   Sasa mwana kitunguu, chaliza mwenye kukata.
   Haujamaliza mwaka, una talaka rejeya.

MAMA NA MWANA

1. MAMA:
   Uchungu ulinivaa, mwilini ukaeneya,
   Kwa yowe naliita maa! Lakini hakutokeya,
   "Jikaze upate zaa, acha huko kulegeya"
   Nilishikwa na fazaa, manesi kunifokeya,
   Sikuikata tamaa, duwa nikajiombeya,
   Kwa kisu nikakuzaa, bila ya kutegemeya,

2. Usingizi kinipaa, sikulala kingojeya,
   Mwanangu sihisi njaa, bila nyonyo kukugeya,
   Na babayo tukikaa, hawezi nisogeleya,
   Si kwamba hana tamaa, lipo tulilocheleya,
   Atakalo nakataa, athama mwana kuleya,
   Hivi mwana ukikuwa, nini utanifanyia?

3. MTOTO:
   Pole sana mamaangu, kwa hayo yalokupata,
   Pole kwa yote machungu, na tabu zilokukuta,
   Pole yote yana Mungu, Ndiye Aliye yaleta,
   Pole ya tangu na tangu, duniyani tayawata,
   Pole ndiyo kilimwengu, hivyo punguza kutweta,
   Pole we' kipenzi changu, naapa hautajuta,

4. Baada ya pole zangu, sikiza ninacho ota,
   Ninao mradi wangu, pesa nafunga vitita,
   Kupoza yako matungu, nakupa bila kusita,
   Jikoni kujae dengu, mchele pia mafuta,
   Nikipata kubwa fungu, lazima utalichota.
   Mwanao sitakuwacha, midhali ninapumua.

5. MAMA:
   Mwanangu ewe mwanangu, tabu usije jitiya,
   Alianza baba yangu, miye kunihudumiya
   Akafata mume wangu, matunzo kunipatiya
   Anakidhi haja zangu, hata sasa nakwambiya,
   Chunga usitiwe pingu, gerezani ukafiya,
   Nijibu nipate tuwa, nini utanifanyiya?

6. MTOTO.
Basi nitaowa mke, mkarimu aso ila,
Neno lako alishike, afanye yalo aula,
Chakula chako apike, kile upendacho kula,
Umtume atumike, aende kila mahala,
Ili Mama uridhike, takufanyiya jamala,
Mwanao sitakutupa, hilo mama zingatiya.

7. MAMA.
Hiyo isiwe sababu, ya wewe kuowa mke,
Sije mfanyiya gubu, kwa kutaka niridhike,
Mwishowe aone tabu, na talaka aitake,
Ya nini awe karibu, chakula changu apike?
Mke mwanangu dhahabu, itunze sikuponyoke,
Nijibu nataka juwa, nini utanifanyiya?

8. MTOTO.
Mama yangu niambiye, mwanao nasikiliza
N'nini nikufanyiye, siyogope nieleza,
Kipi nikununuliye, ambacho chakupendeza,
Nende nikutafutiye, hata kama Ungereza,
Nirudi nikupatiye, kwa baraka za Muweza,
Mwanao sitakususa, Wallahi nakuapiya.

9. MAMA. (Huku machozi yakimlenga)
Mwanangu sikae sana, rudi unisalimiye,
Ninapenda kukuona, sautiyo nisikiye,
Kama nafasi hauna, basi simu nipigiye,
Nitakapo kufa mwana, kaburi unichimbiye,
Umuombe na Rabbana, dhambi anipunguziye,
Ni hayo mengine sina, mwanangu yazingatiye.

10. MTOTO. (Huku akiliya)
Mama nyamaza kuliya, ukiliya waniliza,
Leo niloyasikiya, mwanao tatekeleza,
Sitawacha kukujiya, moyo wako kuupoza,
Na simu kukupigiya, kila ninapo kuwaza,
Nitafata hiyo njiya, mama uloniongoza,
Weye ni yangu thamani, katika hii duniya.

MAMA NIMESHAKUWA

1. Mama siku imefika, ya wewe ulonizaa,
   Pia sasa ni miaka, tangu walipokutwaa,
   Mwaka uliokauka, nusura niwe kichaa,
   Mama sasa nayaona, mwanao nimeshakuwa.

2. Ukitaabika mno, kwa nguvu zilobakiya,
   Ukayasema maneno, wakati ukijifiya,
   Kwa mithali na mifano, miye ukaniusiya,
   Mama sasa nayaona, mwanao nimeshakuwa.

3. Mosi, swali kwa wakati, kama wataka salama,
   Ni faradhi kwa umati, toka kwa wetu Karima,
   Omba kauli thabiti, mwisho wako uwe mwema,
   Mama sasa nayaona, mwanao nimeshakuwa.

4. Pili, duniya jukwaa, waja wote wasanii,
   Haya maisha sanaa, tena hayana chalii,
   Mwanangu sije shangaa, fasiqi ndiye walii,
   Mama sasa nayaona, mwanao nimeshakuwa.

5. Tatu, asofanya kazi, chakula kwake haramu,
   Kila afanyaye wizi, huishiya jahanamu,
   Jela mwanangu makazi, ya viumbe madhalimu,
   Mama sasa nayaona, mwanao nimeshakuwa.

6. Nne, kuwa uyaone, nilidhani maghorofa,
   Sikuwaziya mengine, ila sherehe na dhifa,
   Kumbe usiku mnene, wenye kuleta maafa,
   Mama sasa nayaona, mwanao nimeshakuwa.

7. Ulosema nimeshika, uchao nayatumiya,
   Ila bado ni mashaka, mwanao ninaumiya,
   Kwenye panda nimefika, niongoze yangu njiya,
   Mama sasa nayaona, mwanao nimeshakuwa.

8. Mkono umenitupa, sina nyuma wala mbele,
   Maisha yamenichapa, madeni ninayo tele,
   Yaani nakopa hapa, ili nikalipe pale,
   Mama sasa nayaona, mwanao nimeshakuwa.

9. Mikosi yaniandama, sina raha nateseka,
   Nikaamua kulima, walovuna ni vibaka,
   Lipo jambo laniuma, jikoni kulala paka,
   Mama sasa nayaona, mwanao nimeshakuwa.

10. Yeyote akiibiwa, ninafuwatwa nyumbani,
    Maovu nasingiziwa, nisofanya asilani,
    Jina baya nimepawa, hapa kwetu mtaani,
    Mama sasa nayaona, mwanao nimeshakuwa.

11. Si punde ulipo naja, mama yangu nipokee,
    Tena jifunge mkaja, na mbeleko jiwekee,
    Yote niliyobwabwaja, naomba yakuelee,
    Mama sasa nayaona, mwanao nimeshakuwa.

TAMBIKO IMESHAPITA

1. Hapa azaliwa mama, na bibi alomzaa,
   Mwaona hiyo milima, kuipanda si mzaa,
   Hata waliponituma, hamu yangu kukataa,
   Mizimu sasa ilale, tambiko imeshapita.

2. Nimekuja himahima, na moyo ukinipaa,
   Metoka Dari Salama, bila viatu kuvaa,
   Nikapanda na mlima, tadhani mwenye kichaa,
   Mizimu sasa ilale, tambiko imeshapita.

3. Nisikiza ewe mama, mwanao nina balaa,
   Mambo yaenda mrama, niendavyo hujikwaa,
   Sipati pesa ya sima, kodi yanipa fazaa,
   Mizimu sasa ilale, tambiko imeshapita.

4. Nina pombe ya mtama, na mbuzi katika chaa,
   Pia mkuki na ngoma, na kaniki nimevaa,
   Tambiko iende vema, hata nipate shufaa,
   Mizimu sasa ilale, tambiko imeshapita.

5. Mkembe pokeya mama, na mwidu niloandaa,
   Togwa na gimbi mlima, ngadu siyo chanjagaa,

Nyote mlale salama, mnikinge na balaa,
Mizimu sasa ilale, tambiko imeshapita.

6. Hapa sasa kaditama, narudi kwa mikandaa,
Naenda tarudi mama, kutembea sitakaa,
Malengo nipate sima, isokuwa na budaa,
Mizimu sasa ilale, tambiko imeshapita.

PENZI

1. Penzi ni jini khatari, wa kutesa na kuua,
Huzibeba zote shari, za kiangazi na mvua,
Nina kuomba Qahari, miye asije niua,
Mahaba yanizuzuwa, mtima wata ghururi.

2. Penzi mganga mzuri, huponya wanougua,
Hukusanya nyingi heri, za mwezi hata za jua,
Kwa idhini Ya Jabari, aponye changu kifua,
Mahaba yanizuzuwa, mtima wata ghururi.

3. Mapenzi istiimari, hakika nimetambua
Baridi naona hari, meli mwenzenu mashua,
Asali kwangu shubiri, ninajuta kuyajua,
Mahaba yanizuzuwa, mtima wata ghururi.

4. Mapenzi ni zingifuri, kwa mja anayejua,
Najihimu Afajiri, naswali naomba dua,
Ya Rabbi penzi la siri, lisije kuniumbua,
Mahaba yanizuzuwa, mtima wata ghururi.

5. Penzi si kama johari, huwezi kulinunua,
Si mchanga wa bahari, bure ukalichukua,
Thamaniye si mahari, mkaja hata jazua.
Mahaba yanizuzuwa, mtima wata ghururi.

6. Penzi halina jabari, si chuma la kuinua,
Uwe bondiya hodari, pia laweza sumbua,
Huba zataka sukari, moyo upate kutua,
Mahaba yanizuzuwa, mtima wata ghururi.

7. Mapenzi juwa qadari, uwaze na kuwazua
   Alolipanga Ghafuri, hakuna wa kupangua,
   Hivyo hatuna hiyari, hata kama twaamua
   Mahaba yanizuzuwa, mtima wata ghururi.
8. Mapenzi si kibatari, ni mshumaa tambua,
   Nyonda apate fahari, mwenyewe unaungua,
   Yangekuwa samsuri, Wallahi ningeyavua,
   Mahaba yanizuzuwa, mtima wata ghururi.

MAPENZI SIYO HESABU

1. Kwa jina naitwa Mishi, binti mwenye heshima,
   Mwenzenu ni mtumishi, nipo ofisi ya umma,
   Kama hiyo haitoshi, mwanamke najituma,
   Penzi halina kanuni, chunga usije koseya.
2. Nina gari namiliki, mwenyewe sina dereva,
   Ninayo nyumba Masaki, shamba lipo Usariva,
   Kwa fedha sibabaiki, nakula vilivyo iva,
   Penzi halina kanuni, chunga usije koseya.
3. Nina elimu si haba, YUDIZIMU nimesoma,
   Shukurani zake baba, pongezi kwa wangu mama,
   Kazi sasa yanibeba, umri waniyoyoma,
   Penzi halina kanuni, chunga usije koseya.
4. Nilitafuta jamali, miye nilitaka mume,
   Japo awe suruali, mradi ni mwanaume,
   Kikubwa awe rijali, simtaki gumegume,
   Penzi halina kanuni, chunga usije koseya.
5. Kila nilipo pakaa, matatizo hunipata
   Tarasimu zinafaa, kwangu kia zikafyata,
   Nikaja kata tamaa, huyo mtu sikupata,
   Penzi halina kanuni, chunga usije koseya.
6. Hii sidhani hadithi, piya si tamthiliya,
   Niliye naye habithi, ukweli ninaapiya,

Anavyowaza mirathi, sumu atanitiliya,
Penzi halina kanuni, chunga usije koseya.

7. Sijuwi nianze mwisho, pale tulipogombana,
Na vile vyake vitisho, yaani vya kuwachana,
Si lolote ni michosho, si ya leo si ya jana,
Penzi halina kanuni, chunga usije koseya.

8. Nadhani nianze mwanzo, pale tulipokutana,
Niwasimuliye chanzo, mimi naye kushikana,
Mimi nilikuwa ponzo, alipogongwa kijana,
Penzi halina kanuni, chunga usije koseya.

9. Ndipo ikanilazimu, mwili wake kuutibu,
Na ule umahamumu, ukatoka taratibu,
Nikawa ninajihimu, kutazama matibabu,
Penzi halina kanuni, chunga usije koseya.

10. Mgonjwa kawa mpenzi, bila hata kumaizi,
Akaanza kunienzi, taratibu kwa mapozi,
Nami nikawa mpanzi, sikuifanya ajizi,
Penzi halina kanuni, chunga usije koseya.

11. Sijuwi nikawa wapi, sikuona mbalamwezi,
Nuru ilitoka vipi, na jua halichomozi,
Sijuwi duniya ipi, mapenzi kumbe uchizi,
Penzi halina kanuni, chunga usije koseya.

12. Huyu jamali muhibu, alikuwa yu chuoni,
Akisoma uhasibu, palepale Mlimani,
Bumu likileta tabu, humpiga kampani,
Penzi halina kanuni, chunga usije koseya.

13. Sijuwi ndiyo kudeka, au kuchuna jamani,
Mishi kile nakitaka, sina fedha mfukoni,
Ili nipate ridhika, nipatiye wangu hani,
Penzi halina kanuni, chunga usije koseya.

14. Nikakope kama sina, muhibu wangu apate,
Mwanafunzi kazi hana, niliwaza siku zote,
Kumbe mapenzi hakuna, kiumbe chumaulete,
Penzi halina kanuni, chunga usije koseya.

15. Pendo lake silipati, ubavuni hanitoki,
    Pendo lake ni la chati, na kumuwata sitaki,
    Ninampenda kwa dhati, ila kwake sipendeki,
    Penzi halina kanuni, chunga usije koseya..

16. Kosa hakika si kosa, mbona atasema sana,
    Ya zamani na ya sasa, Wallahi yatajazana,
    Mapenzi yananitesa, utulivu hata sina,
    Penzi halina kanuni, chunga usije koseya.

17. Huwo wivu alo nao, kama anipenda sana,
    Situmii mitandao, uhuru mwenzenu sina,
    Anipangiya vikao, niende ama hapana,
    Penzi halina kanuni, chunga usije koseya.

18. Kila siku twazozana, kama hizo fedha sina,
    Na leo tumegombana, sababu ni ndogo sana,
    Akatalii Uchina, nauli yenyewe hana,
    Penzi halina kanuni, chunga usije koseya.

19. Ningekuwa madhubuti, mahaba ningeyavuwa,
    Kama yangekuwa kiti, kalio ningeinuwa,
    Nimezama katikati, mapenzi yaniumbuwa,
    Penzi halina kanuni, chunga usije koseya.

20. Kumuacha natamani, moyo wangu hautaki,
    Hanipendi si utani, ila kwangu haondoki,
    Siko mwake mtimani, ela kwangu habanduki,
    Penzi halina kanuni, chunga usije koseya.

21. Sijuwi niendelee, au hapa niishiye,
    Sasa twaenda uzee, yako mengi niwambiye,
    Naomba mtuombee, ndoa yetu ituliye,
    Shida ukizizoweya, njiya utajipatiya.

NIPEPEE

1. Utani siniletee, binti nataka kunena,
   Simama niendelee, tuweze kumalizana,
   Waonaje usogee, miye nipate nong'ona,
   Yanifukuta waona, sijiwezi nipepee.

2. Naomba yakuelee, haya ninayoyanena,
   Nyonda sinipotezee, usiku hata mchana.
   Wewe ndiwe wa pekee, mwenziwo nilokuona,
   Yanifukuta waona, sijiwezi nipepee.

3. Sitaki nikuchezee, lengo tupate owana,
   Tupate wana tulee, kwa uwezo wa Rabbuna,
   Mizigo wanipokee, ufurahi wao nina,
   Yanifukuta waona, sijiwezi nipepee.

4. Alifu bee na tee, mambo yataka somana,
   Nambie nitegemee, nipate powa kijana,
   Hadi lini ningojee, subira yachoma sana,
   Yanifukuta waona, sijiwezi nipepee.

5. Mapenzi ni ukengee, chunga tusijeuwana,
   Pamoya tuyatetee, kwa waja wenye fitina
   Wote tufike uzee, kweli siyoti mtana,
   Yanifukuta waona, sijiwezi nipepee.

NAMPENDA MMOYA

1. Kiumbe silete hoja, sikiza nakuambiya,
   Nimpendaye mmoja, moyoni alonitiya,
   Hao unao wataja, si wangu wanizushiya.
   Jina sitakutajiya, nimpendaye mmoja.

2. Apendeza bila koja, hakika ametimiya,
   Si usoni hata paja, kila kitu avutiya
   Nikimuita yuwaja, mtiifu wa tabiya,
   Jina sitakutajiya, nimpendaye mmoja.

3. Hili jambo lina tija, mimi nilo kusudiya,
   Nimeshatowa mkaja, mahari yafuatiya,

Nimeuchoka useja, wa mito kukumbatiya,
Jina sitakutajiya, nimpendaye mmoja.

4. Muogope sana mja, mama aliniusiya
   Haishiwi na harija, mapenzi kukuvunjiya
   Hatimaye huwa chaja, muhibu awe nokia,
   Jina sitakutajiya, nimpendaye mmoja.

5. Kwa hivyo siyoni haja, ya jina kukutajiya,
   Kutotaja sikuroja, ni mafunzo ya nabiya,
   Naomba sikose kuja, hiyo siku kiwadiya,
   Jina sitakutajiya, nimpendaye mmoja.

6. Ukome kutajataja, njiya ni'zozipitiya,
   Hayo unayobwabwaja, yasije kumfikiya,
   Tungule ziwe tunguja, ziso faa kupikiya,
   Jina sitakutajiya, nimpendaye mmoja.

7. Naapa sitakufuja, ulipo nyonda sikiya,
   Mahaba hayatachuja, kama safi zetu niya,
   Lije vumba la kangaja, jua nitavumiliya,
   Jina sitakutajiya, nimpendaye mmoja.

NJOO

1. Njoo, ayuni nakwita, fanya hima sichelewe,
   Njoo, pasina kusita, ninaumia ujuwe,
   Njoo, ufanyalo wata, kama kazi upokewe,

2. Njoo, miye 'tanikuta, paa mithili ya mwewe,
   Njoo, bila vutavuta, nyumbani kwangu utuwe,
   Njoo, moyo wanituta, ninataka nitibiwe.

3. Njoo, usije kujuta, mali yako sichezewe,
   Njoo, sizuke utata, mtu mwingine apawe,
   Njoo, uepushe vita, nyonda wangu nielewe.

4. Njoo, pindi ukipata, jibu tukiwa wenyewe,
   Njoo, hapa ninagota, kwa simu nisijibiwe,
   Njoo, nikiwa zezeta, juwa athama ni wewe.

MAPENZI SI MAFULUSI

1. Walau nipa nafasi, nipate kukueleza,
   Sijibu yako matusi, wala kukubembeleza,
   Naomba punguza kasi, njiyani sijeteleza,
   Ulinipendeya pesa, sasa sina wanitosa.

2. Kutwa wawaza fulusi, mja hujuwi kupenda,
   Uko kama Ibilisi, kwa mambo uno yatenda,
   Jini aachae rasi, kitie anapo konda,
   Ulinipendeya pesa, sasa sina, wanitosa.

3. Akiliyo wasiwasi, huwezi kujiongoza,
   Kwa tamaa ya ukwasi, mwili wauteketeza,
   Tazama na nyuma basi, ona unayopoteza,
   Ulinipendeya pesa, sasa sina, wanitosa.

4. Kila siku alhamisi, kwako hazendi huganda,
   Kuna siku za fulusi, na za mifuko kukonda,
   Tambuwa zipo nyepesi, na za kukaza mkanda,
   Ulinipendeya pesa, sasa sina wanitosa.

5. Nilichafuka ukosi, ili upate pendeza,
   Sikuwacha na misosi, ya kupendezesha meza
   Leo mboga kwako nyasi, nyonda waniheleleza,
   Ulinipendeya pesa, sasa sina wanitosa.

6. Kweli hapandi farasi, yule mzoweya punda,
   Wapenda kwenda upesi, polepole yakushinda,
   Ninakupa karatasi, salimu unapokwenda,
   Ulinipendeya pesa, sasa sina wanitosa.

7. Hili jua la utosi, qadari zake Muweza,
   Fahamu sina mkosi, mwenzangu nakueleza,
   Kama ninayo nukhusi, ni ya penzi kupoteza,
   Ulinipendeya pesa, sasa sina wanitosa.

8. Kusahau si rahisi, mambo uliyonitenda,
   Sina khofu sina wasi, fanya nenda mwana kwenda,
   Sije niletea tusi, mkeka pamwe na sanda,
   Ulinipendeya pesa, sasa sina wanitosa.

9. Kheri zishe sarakasi, na kule kujitegeza,
   Umenitowa kamasi, ile si ndowa gereza,
   Uchao ni kikukusi, si ndwele, wanigombeza,
   Ulinipendeya pesa, sasa sina wanitosa.
10. Chombo changu kina kisi, tayari kusaka kunda,
    Niko na pepo za kusi, ni mbali ninapokwenda,
    Ninamuomba Qudusi, nipate wa kunipenda,
    Ulinipendeya pesa, sasa sina wanitosa.

SIJUWI KUWACHA

1. MKE:
   Nisikiza mkumbazi, leo nikuweke wazi,
   Ahadi yako ya juzi, kutimiza hutimizi,
   Mambo huyatoshelezi, wafanya kwa utalazi,
   Akunyimaye mbaazi, kakuepusha mashuzi.

2. MUME:
   Ewe wangu laazizi, unijibu hoja hizi,
   Ulivyotaka mbaazi, uliyataka mashuzi?
   Na vipi utake kazi, ikiwa huna ujuzi?
   Usilaumu mkwezi, nazi iliwa na mwezi.

3. MKE:
   Wausingizia mwezi, kuharibu hiyo nazi,
   Ninajua kuna mwizi, mshirika wa mkwezi,
   Hata nisiwe mjuzi, wa kuimaliza kozi,
   Wewe ni mtu bazazi, kichwani una uchizi.

4. MUME:
   Hayo matusi ya wazi, kuvumiliya siwezi,
   Mkole wa siku hizi, si mkole upuuzi
   Kweli bila kigagazi, hujafundwa na wazazi,
   Nina shaka na malezi, pamwe na utandawazi.

5. MKE:
   Naona umenichoka, naomba yangu talaka,
   Mtini sijadondoka, nna kwetu bila shaka,

    Wajua nilikotoka, 'tapata nitachotaka,
    Iweje niwe kiraka, kuziba palotoboka?
6. MUME:
    Kule kote kuzunguka, kumbe hilo walitaka,
    Sikatazi kuondoka, kurudi ulikotoka,
    Ela kukupa talaka, sithubutu muibaka,
    Najuwa chungu kuweka, hata kama chavunjika.
7. MKE:
    Mwenzangu wata kufoka, na maneno kuropoka,
    Kwa kadhi 'takupeleka, upambane na shitaka,
    Talaka utaandika, pasina hata kutaka,
    Gerezani takuweka, vizuri upate bweka.
8. MUME:
    Jasho lina kumwaika, kwa kuzidi paparika,
    Malalamiko peleka, uje wito taitika,
    Ila fahamu hakika, talaka sitaandika,
    Ondoka kama wataka, pia rudi ukitaka.

UMEIKUMBUKA NDIZI

1. Ulinidharau wangu, maudhi kunitendeya,
   Na ule wivu mwenzangu, siwezi kukurejeya,
   Kutonesha donda langu, ushafanya mazoeya,
   Fahamu nina matungu, yote sitaelezeya.
   Umeikumbuka ndizi, kukupa tena sahau

2. Nimezipata salamu, na barua zako piya,
   Haina kazi kalamu, na wino ulo tumiya,
   Kusalimu si muhimu, ila sitakununiya
   Hujatubu nafahamu, makosa utarudiya
   Umeikumbuka ndizi, kukupa tena sahau

3. Siyo mwezi ufahamu, ni wiki tumeachana,
   Nina akili timamu, najuwa wataka tena,
   Unaukosa utamu, wa usiku na mtana,
   Umeshapata wazimu, nakwambiya hutopona.
   Umekuimbuka ndizi, kukupa tena sahau

4. Utulivu si hisani, juwa hauji wenyewe,
   Kila mvuna tufani, pepo kapanda mwenyewe,
   Tafuta mwenye imani, miye naomba nituwe,
   Lala pako kitandani, rasini mwako nitowe.
   Umeikumbuka ndizi, kukupa tena sahau

5. Leo waniangukiya, na kesho waendeleya,
   Mwenzio kulialiya, ndiyo ulo yazoeya,
   Mja ulidhamiriya, maovu kunitendeya
   Niwache nimetuliya, kifo 'sijenileteya.
   Umeikumbuka ndizi, kukupa tena sahau

6. Magoti wanipigiya, kiumbe wata utani,
   Acha kuyafikiriya, tulofanya maishani,
   Silitaki neno diya, ukome kunita hani,
   Nishapata maridhiya, bado kuchoma ubani.
   Umeikumbuka ndizi, kukupa tena sahau

7. Imekuzuzuwa gari, na vitu venye thamani,
   Unapenda ufahari, kiyasi ukose soni,
   Tamaa ikakughuri, ukawa kama shetani,
   Sasa wakosa sukari, huna raha mtimani,
   Umeikumbuka ndizi, kukupa tena sahau.

AFIRIKA YANGU

1. Hakika walikataa, utumwani kupelekwa,
   Tena hawakuzubaa, kizembezembe kushikwa,
   Ilizuka pia njaa, kwa kuchelea kudakwa,
   Ewe Afirika yangu, uhuru wetu wa nini?

2. Mababu watashangaa, kaburini wakitoka,
   Watoto walo wazaa, nyumbani wakiondoka,
   Yaani kama vichaa, nira wanavyo jivika.
   Ewe Afirika yangu, uhuru wetu wa nini?

3. Kweli hawamthamini, mama yetu Afirika,
   Walonayo mtimani, Ulaya na Amerika,
   Roho waweka rahani, athama ng'ambo kufika,
   Ewe Afirika yangu, uhuru wetu wa nini?

4. Miji iliyojengeka, na huduma za jamii,
   Kwayo wanahadaika, vipofu hawasikii,
   Bila soni waropoka, Afirika havutii,
   Ewe Afirika yangu, uhuru wetu wa nini?

5. Hayo wanoyatamani, mbingu gani yalishuka?
   Hivi hayawezekani, hapa petu kufanyika?
   Jibu sina si utani, mwenzenu nasikitika,
   Ewe Afirika yangu, uhuru wetu wa nini?

6. Wapo waso fata sifa, zile zinazo vutia
   Ni ulevi wa nyadhifa, ndiyo wana ukimbia
   Nani yu tayari kufa, au mwili kuumia?
   Ewe Afirika yangu, uhuru wetu wa nini?

7. Afirika ni maafa, ikulu hazina haya,
   Watu wake ni malofa, ufukara kila kaya,
   Watoto wanavyokufa, nabaki nashika taya.
   Ewe Afirika yangu, uhuru wetu wa nini?

8. Uhuru wetu Afrika, hivi una ma'na gani?
   Kama tunagawanyika, sababu hizi imani,
   Si zetu pasina shaka, vipi zivunde amani?
   Ewe Afirika yangu, uhuru wetu wa nini?

9. Muislamu 'sendezika, alo kufa kanisani,
   Msikiti kidondoka, mkristo yu furahani,
   Na jambia wazishika, mithili ya hayawani,
   Ewe Afirika yangu, uhuru wetu wa nini?

10. Kwa mambo haya mawili, watu wapanda vihori,
    Mosi tamaa ya mwili, pili kuepuka shari,
    Wengi hawafiki mbali, wanamezwa na bahari,
    Ewe Afirika yangu, uhuru wetu wa nini?

11. Hapa ninaweka koma, nashindwa kuendelea,
    Mato yanatomatoma, chozi lanielemea,
    Nyerere Mandela Nrumah, muzidi kutuombea,
    Ewe Afirika yangu, uhuru wetu wa nini?

WAAFRIKA TUNA MAMBO

1. Mwenzenu miye sijambo, namshukuru manani,
   Nimeamka kitambo, shafika kibaruani,
   Ila kuna kubwa jambo, kuuliza natamani,
   Hivi nyie hamjambo? Mipeni jibu jamani,
   Nawambia si utani, waafrika tuna mambo.

2. Mambo yakiwa si mambo, siweke fundo moyoni,
   Kubwa sicheke utumbo, kwa maini ya jirani,
   Iweje ule makombo, kwa hamu ya biriyani,
   Bure taitwa mtambo, mwenye wazimu rasini.
   Nawambia si utani, waafrika tuna mambo.

3. Kuna mambo ya mkumbo, kuyafuata wacheni,
   Yapo mengine urimbo, mchunge siwanaseni,
   Kijana kimbie ng'ambo, nchini abaki nani?
   Mwisho apigwe taimbo, kwa bata za ghaibuni,
   Nawambia si utani, waafrika tuna mambo.

4. Memkumbuka Setembo, babu yangu umamani,
   Aliniusia mambo, kuwaambia natamani,
   Rijali haumwi tumbo, wala mchango tumboni,
   Hakika hafanyi tambo, bila vitendo juweni,
   Nawambia si utani, waafrika tuna mambo.

5. Nawasema wa kiambo, hata wale wa mjini.
   Mlioamkia tembo, mloiota ndotoni,
   Hamkuogeshwa jimbo, wakati wa utotoni,
   Sawa mfanye utumbo, subuhi mko hewani,
   Nawambia si utani, waafrika tuna mambo.

6. Twasisitiza kimombo, kiswahili taabani,
   Vizuri kuiga mambo, si kila kitu jamani,
   Sawa kuacha kiyombo, kwa suti za Marekani,
   Kukiabudu kimombo, ni wazimu tambueni,
   Nawambia si utani, waafrika tuna mambo.

7. Kanisani kuna mambo, pia na msikitini,
   Tuna itukana gombo, nalia utamaduni,
   Miungu kutoka ng'ambo, Ulaya na Arabuni,

Imetupiga kikumbo, jadi kwetu si thamani,
   Nawambia si utani, waafrika tuna mambo.
8. Tufani yapiga sambo, istizai yafaani,
   Mjue twaenda kombo, nawaomba zindukeni,
   Sote tumelewa tembo, kutoka ughaibuni,
   Sasa ni wana wa kambo, baba wa kijerumani
   Nawambia si utani, waafrika tuna mambo.
9. Nimesema kimafumbo, taawili tafuteni,
   Maneno haya si shombo, ukutani andikeni,
   Msiyafiche kwa rambo, hadharani yawekeni,
   Jeuri ataka fimbo, awekwe sawa kichwani,
   Nawambia si utani, waafrika tuna mambo.
10. Nimeliza la mgambo, lengo mtoke shimoni,
    Ninawaita kwa wimbo, wahafidhina njooni,
    Mwanagenzi nina mambo, majagina nifunzeni,
    Naomba nifunge gombo, nilosema yashikeni,
    Nawambia si utani, waafrika tuna mambo.

NENO LIKIOTA MENO

1. Neno limeota meno, naiona tafarani,
   Siyaoni mapatano, sote vipembe kichwani,
   Mwana ashikwe mkono, asipotee njiani,
   Halikidhi mahitaji, neno likiota meno.
2. Hakika nimekubali, heshima kwa muungano,
   Usitafute kibali, hubiri utengamano,
   Tuwashinde majahili, wanotaka utengano,
   Halikidhi mahitaji, neno likiota meno.
3. Hekima zao wahenga, zimenikumbusha mbali,
   Nimezikumbuka ngenga, za wenzetu majahili,
   Wanawaza kujitenga, sasa wamekuwa nduli,
   Halikidhi mahitaji, neno likiota meno.
4. Niambie yafaani, maneno ya utengano,
   Liwapi yenye thamani, nataka yako maono,

Zanzibar ya Sultani, au wetu Muungano?
Halikidhi mahitaji, neno likiota meno.

5. Zanzibar si thamani, kuuzidi muungano,
Tanganyika izikeni, hatutaki utengano,
Mipaka ya wakoloni, isilete mapambano,
Halikidhi mahitaji, neno likiota meno,

6. Tanganyika ni Berlini, ni zao la wakoloni,
Zenj mno ithamini, ni fahari ya Sultani,
Tanzania ya Amani, na Nyerere tambueni,
Halikidhi mahitaji, neno likiota meno.

7. Tanzania imefuta, mipaka ya wakoloni,
Pomoya imetuleta, wa bara na visiwani,
Waasisi mwawateta, mna wazimu rasini?
Halikidhi mahitaji, neno likiota meno.

8. Kila nikiyatazama, naona yako na meno,
Na vinywa mmehasama, ndimi kama msumeno,
Chombo chaenda mrama, chungeni yenu maneno,
Halikidhi mahitaji, neno likiota meno.

TUYAENZI YA MWALIMU

1. Nianze kuwasalimu, kwa jinale Msifika,
Tumshukuru Rahimu, siku hino kuifika,
Hii ni siku adhimu, ya pekee kila mwaka,
Tuyaenzi ya Mwalimu, tuyaenzi kwa vitendo.

2. Miaka kumi na saba, kamili imetimia,
Tangu atutoke baba, katika hii duniya,
Ulikuwa ni msiba, mkubwa kwa Tanzania.
Tuyaenzi ya Mwalimu, tuyaenzi kwa vitendo.

3. Kuna mengi alifanya, leo niseme machache,
Yapo aliyo tukanya, ama kutaka tuache,
Aliasa na kuonya, kila aonapo cheche,
Tuyaenzi ya Mwalimu, tuyaenzi kwa vitendo.

4. Alijenga ujamaa, watu kusaidiana,
   Kwa upendo wakikaa, nyoyo zikafungamana,
   Tena hawakukataa, kazi kushirikiana,
   Tuyaenzi ya Mwalimu, tuyaenzi kwa vitendo.
5. Pia kujitegemea, katika yetu bajeti,
   Tukope palopelea, kutimiza mikakati
   Ombaomba ni udhia, na kupoteza wakati,
   Tuyaenzi ya Mwalimu, tuyaenzi kwa vitendo.
6. Alisema waziwazi, udini jambo hatari,
   Tusifanye ubaguzi, kwa kuichelea shari,
   Ukabila upuuzi, hakika hauna heri,
   Tuyaenzi ya Mwalimu, tuyaenzi kwa vitendo.
7. Alikuza Kiswahili, katika awamu yake,
   Alifanya kulla hali, lugha hii itumike,
   Nchini kila mahali, na hata ng'ambo ifike,
   Tuyaenzi ya Mwalimu, tuyaenzi kwa vitendo.
8. Hakuiona thamani, ya nchi ya Tanganyika,
   Iloundwa Jerumani, kuigawa Afirika,
   Jambo alo litamani, kufuta yote mipaka,
   Tuyaenzi ya Mwalimu, tuyaenzi kwa vitendo.
9. Zanzibari ya Sultani, aliuliza ya nini,
   Tanganyika ya Berlini, inaulazima gani,
   Tanzania bila soni, liipenda hadharani,
   Tuyaenzi ya Mwalimu, tuyaenzi kwa vitendo.
10. Azimio la Arusha, lilifilia Zanziba,
    Sawa kulirekebisha, penye tobo kupaziba,
    Ela tukalipotosha, na kulifuta kwa raba,
    Tuyaenzi ya Mwalimu, tuyaenzi kwa vitendo.
11. Msingi kuuwangusha, ilikua ni dhoruba.
    Mwalimu alitupasha, tunastahili adhaba,
    Hakuchoka kukumbusha, ili tuifanye toba,
    Tuyaenzi ya Mwalimu, tuyaenzi kwa vitendo.
12. Kaditama namaliza, tusizike yake mema,
    Lipo nililo bakiza, ninaomba kulisema

Mwalimu tunamliza, kupinga zake kalima,
Tuyaenzi ya Mwalimu, tuyaenzi kwa vitendo.

KUKU ZINDUKA AKILI

1. Kuku kwa lako umbile, huwezi liona hili,
   Hukuumbwa na machale, kuyaepuka makali,
   Halali yetu tukule, Mola katupa kibali,
   Kuku zinduka akili, mgeni hali tembele.

2. Kuku kucha niparule, uchunike wangu mwili,
   Upige nyingi kelele, sitatoka kwenye reli
   Waja kurudi ulale, hivyo natulia tuli,
   Kuku zinduka akili, mgeni hali tembele.

3. Kuku wajitia kele, kutinga kila mahali,
   Pale ulapo mchele, wajiona kwelikweli,
   Kumbe ni mtego vile, mgeni ataka wali,
   Kuku zinduka akili, mgeni hali tembele.

4. Kuku una uchechele, leo nakupa ukweli,
   Mchana si wa milele, usiku yake badili,
   Utanaswa kichewale, tayari kwa maakuli,
   Kuku zinduka akili, mgeni hali tembele.

5. Kuku ninakupa shule, sema na zako akili,
   Jifunze kuona mbele, uwate na ufedhuli,
   Mtana hila zitele, kizani huwa jahili,
   Kuku zinduka akili, mgeni hali tembele.

6. Kuku 'kisikia lele, ni ngoma siyo zikili,
   Waja waweke tungule, basmati pishi mbili,
   Pembeni pana uzile, masala na filifili,
   Kuku zinduka akili, mgeni hali tembele.

7. Kuku sikia kengele, zichunge zako shughuli,
   Fahamu yajayo ndwele, ya sasa yakiwa nduli,
   Jikage japo kwa chale, mambo yawe bulibuli,
   Kuku zinduka akili, mgeni hali tembele.

NA IPAMBAUKE HAKI

1. Ninakuomba Razaq, hukumu yako ipite,
   Uipambanue haq, kaumu tuifuwate,
   Iwe njema akhalaq, na thawabu tuzipate,
   Ya Rabbi tupe wepesi, kupupia yalo mema.

2. Wafichuwe wanafiki, walo miongoni mwetu,
   Viumbe wabeba chuki, nyoyoni hawana utu,
   Duniya haikaliki, athama ya hawa watu,
   Ninakuomba Mwenyenzi, tuondoshee batili.

3. Ewe Mungu wa falaq, uliyeumba macheo,
   Tukinge na ufasiq, na sihiri kila leo,
   Rabbi Mola naswadiq, weye ndiyo tegemeo,
   Allah uso mshirika, tulinde na mahasidi.

4. Ninasema sishitaki, wapo waja mashetwani,
   Utulivu hawataki, wanavuruga amani,
   Sikiza ewe Maliki, waondoshe duniyani,
   Sisi tuwe nao mbali, nao wawe mbali nasi.

DHALIMU MADHULUMU

1. Vipi niwe madhulumu, Mola upo watazama?
   Viumbe wanihujumu, na kunifanyia njama,
   Wanipa umaamumu, waibe niliyo chuma,
   Nakuomba Allahuma, mi' nisiwe madhulumu.

2. Rabbi nisiwe dhalimu, nizuwie fanya hima,
   Waja wasije tuhumu, yakuwa umenituma,
   Niufanye udhalimu, na kuusumbua umma,
   Nakuomba Allahuma, miye nisiwe dhalimu.

3. Kwa siku za Kalbara, naiomba hino dua,
   Tena saa za mushtara, mikono ninainua,
   Mungu jalia sitara, kwa kila yangu hatua,
   Ya Rabbi naomba dua, unijalie sitara.

4. Raufu nisiwe jura, mtaka asoyajua,
   Niepushe na papara, zichunge zangu hatua,

Nipa moyo wa subira, pindipo nikiugua,
   Ya Rabbi naomba dua, unijalie sitara.
5. Nawaza ninavyohema, na usiku kuingia,
   Wanyama si wakulima, riziki wajipatia,
   Kwa hizi zote neema, siwachi kukuwazia,
   Rabbi nipitishe njia, ile ya viumbe wema.
6. Mwisho nitake rehema, zimshukie nabia,
   Kiigizo kilo chema, kwa mwenendo na tabia,
   Nipate na mwisho mwema, nife nikishahadia,
   Rabbi nipitishe njia, ile ya viumbe wema.

KUKOSA SI KUONEWA

1. Pato si kupendelewa
   Kukosa si kuonewa,
   Mja haya majaliwa,
   Ni masuhula tambuwa,
   Kesho waenda somewa,
   Kwa Mola wako Jalia.

2. Mungu kaumba misiba,
   Njaa maradhi adhaba,
   Kisha kafanza kushiba,
   Shufaa pamwe na tiba,
   Sema nayo matilaba,
   Yasije kukushukia.

3. Ridhika mja ridhika,
   Na qadari ya Rabuka,
   Usije kuhadaika,
   Shetwani akakushika,
   Hata ukaja dondoka,
   Motoni ukaingia.

4. Kiumbe na ufahamu,
   Jitihada si haramu,
   Dua hushinda kalamu,
   Ya Mola wetu Karimu

Hili ni jambo muhimu,
Mtume katuusia.

5. Tano ninaweka koma,
Yatosha niloyasema,
Nina muomba Karima,
Atukinge na nakama,
Leo na kesho kiyama,
Tukanyage yake njia.

NIFANYE NINI?

1. Wapo waja mafatani, wasiyopenda nipate,
   Wenda mbio ugangani, Mpeketoni na Pate,
   Hivi mwanitakiani? viumbe na mniwate,
   Niko mwenyewe jangwani, nawaza miye nawaza.

2. Hayachomi si mkuki, maneno mnoyasema,
   Mestirika siumbuki, nategemea Karima,
   Wenzangu muwate chuki, kama mwataka rehema.
   Niko mwenyewe jangwani, nawaza miye nawaza.

3. Nikinyima mwaumiya, mnachotaka niwape,
   Nikitoa ati ria, kuna mungu niogope,
   Ila sitawachukia, roho yangu i nyeupe,
   Niko mwenyewe jangwani, nawaza miye nawaza.

4. Nikisema hayawani, kasoro yangu mkia,
   Nikinuna kisirani, mkosefu wa tabia,
   Nikifanye kitu gani? Nipendeke na dunia?
   Niko mwenyewe jangwani, nawaza miye nawaza.

5. Leo ubani nachoma, siku hino ya arafa,
   Rabbi naomba salama, unikinge na maafa,
   Nipate kauli njema, siku nitakapo kufa.
   Niko mwenyewe jangwani, nawaza miye nawaza.

6. Sijuwi nifanye nini, Mola wangu niongoze,
   Nipa jibu la yakini, moyo wangu uupoze,

Nishakufa nafsini, rabbi sitaki nioze,
Niko mwenyewe jangwani, nawaza miye nawaza.

LIPI KOSA LANGU?

1. Nimemkumbuka mama,na fimbo za baba yangu,
   Nimefunzwa ada njema, niheshimu walimwengu,
   Ni bure mnganisema,siinuwi kinywa changu,
   Mnambie kosa langu, nipate kurudi nyuma.
2. Mwanijia wanguwangu, na hizo nyingi tuhuma,
   Mnijuze kosa langu, la mkome kulalama,
   Maneno yakiwa chungu, mtimani yana toma.
   Thibitisheni tuhuma, nilijue kosa langu.
3. Japo mwanita hamuma, machoni mwenye ukungu,
   Ninazidi kujituma, tena sifanyi machungu,
   Nategemea rehema, kutoka kwa mola wangu,
   Mnambie kosa langu, nipate kurudi nyuma.
4. Tamati naomba Mungu, anilinde na zahama,
   Azikinge nyayo zangu, na njia zenye nakama,
   Anipe na langu fungu, kabla ya jua kuzama,
   Thibitisheni tuhuma, nilijue kosa langu.

TULIYA TULIZA KICHWA

1. Tulia shika kalamu, andika ninoyasema,
   Sijasahau salamu, natumai u mzima,
   Niko nawe chakaramu, nikukanye siku nzima,
   Tulia unanyolewa, wembe usije kukata.
2. Tulia na tahdabu, ndipo upate heshima,
   Hueshi kuleta tabu, huna soni jitu zima,
   Umefanya hata bubu, nami nianze kusema,
   Tulia unanyolewa, wembe usije kukata.
3. Tulia tuliza kitwa, keti chini nikufunde,
   Silete ukereketwa, nakuomba chondechonde,

    Sikubali vutwavutwa, lililo haki litende,
    Tulia unanyolewa, wembe usije kukata.
4. Tulia hasa tulia, yapate kukuelea,
    Hatua ulofikia, nashindwa kuelezea,
    Naona waangamia, mwishowe utapotea,
    Tulia unanyolewa, wembe usije kukata.
5. Tulia wata papara, mambo usiyabanange,
    Tena sifanye harara, ulimi wako uchunge,
    Tuli punguza mikwara, sije ambulia nunge,
    Tulia unanyolewa, wembe usije kukata.
6. Tulia haya mawio, tayari wamekuchoka,
    Sababu ni funikio, uchafu waufunika,
    Heri uwe kifagio, fagia ondowa taka,
    Tulia unanyolewa, wembe usije kukata.
7. Tulia kuna machweo, mja anayo yaota,
    Hutengenezwa na leo, kesho waenda yakuta,
    Livunje hilo komeo, uparamiye ukuta,
    Tulia unanyolewa, wembe usije kukata.

USO NYAMAZA KUSEMA!

1. Usotaka kunyamaa, kila uchao wasema,
    Basi sema yanofaa, siyo kazi kulalama,
    Kama debe lisojaa, au jembe kiserema,
    Si bure limekupata, lile jiwe la kizani.
2. Hili lako ndugu twaa, hwenda 'tawacha kusema,
    Kwa gubu utachakaa, kabla ya jua kuzama,
    Ninajua huna njaa, shaka yangu kwa hekima,
    Si bure limekupata, lile jiwe la kizani.
3. Nilisikia yalaa! Kumbe limeshakupata,
    Lakini sija shangaa, lile jiwe kukukuta,
    Sababu wapenda kaa, kizani kuzua vita,
    Si bure limekupata, lile jiwe la kizani.

4. Ukaja walia maa, tena huku waropoka,
   Nusu nidhani kichaa, sipitali katoroka,
   Kumbe ni weye jamaa, huwezi umepigika,
   Si bure limekupata, lile jiwe la kizani.

5. Haya ndugu fanya paa, nenda kwa alokutuma,
   Mueleze hilo baa, mwenyewe amelichuma,
   Kama ataka shufaa, afanye arudi nyuma,
   Si bure limekupata, lile jiwe la kizani.

6. Mwambie amekikwaa, kisiki kiso ng'ooka,
   Miziziye mekomaa, majani yenda chipuka,
   Na ajuwe akikaa, kaja asiye mtaka,
   Si bure limekupata, lile jiwe la kizani.

SIONE UKADHANI

1. Sione nimenyamaza, mwenzio sina furaha,
   Mambo uloyatangaza, miye yanipa karaha,
   Menyenzi aniongoza, ulidhani nitahaha,
   Waja ndiyo walewale, hakika hayana budi.

2. Sione nimetulia, moyoni nahangaika,
   Mwenzio nafikiria, namna ya kuongoka,
   Ubaya wanifanyia, inshallah tastirika,
   Waja ndiyo walewale, hakika hayana budi.

3. Sione natabasamu, moyoni naungulika,
   Nikiwaza sina hamu, mambo yalivyopinduka,
   Miye nimepigwa bomu, najuta kukuchunuka,
   Waja ndiyo walewale, hakika hayana budi.

4. Sione nimeduwaa, ujuwe ninayajenga,
   Hata niipate taa, lipendeze langu anga,
   Wajashikwa na butwaa, zipotee zako ngenga,
   Waja ndiyo walewale, hakika hayana budi.

5. Sione sijakujibu, sidhani sijalipata,
   Umetumwa si ajabu, fikisha umenikuta,

Sema halinipi tabu, si joto likafukuta,
Waja ndiyo walewale, hakika hayana budi.

6. Sione abwata juu, yupo alompandisha,
Hata kwa yake miguu, na ngazi ya kuegesha,
Mgude siyo chuguu, kobe hawezi pandisha,
Waja ndiyo walewale, hakika hayana budi.

MAVI YA MBUZI

1. Nilidhani ni karanga, kumbe ni mavi ya mbuzi,
Sikudhani ni pakanga, katika wangu mchuzi,
Kuamini mtu janga, jiandae na mauzi.
Kuna mambo ya kuchunga, wakati wa maamuzi.
Usimwamini yeyote, amini kivuli chako.

2. Nilidhani ni maziwa, kumbe ni tui la nazi,
Ati nimependelewa, na mola wangu Azizi,
Kumbe janga nimepewa, naapa si kumaizi,
Yale niliyotendewa, namuachia Mwenyezi.
Usimwamini yeyote, amini kivuli chako.

3. Nilidhani malaika, kumbe adui shetani,
Mimi nilimchunuka, tena nilimuamini,
Kumbe mtego aweka, aniingize mjini,
Akapanga kuchomoka, na sanduku la thamani.
Usimwamini yeyote, amini kivuli chako.

4. Nilidhani muumini, anaye ipenda haki,
Kumbe najenga imani, kwa kiumbe mnafiki,
Akafanya ushetani, kanirushia mkuki,
Namshukuru Manani, yuko tupu mzandiki,
Usimwamini yeyote, amini kivuli chako.

5. Nilidhani ni kitanda, kumbe tusi la maiti,
Kule kote kunikanda, mbinu zake afiriti,
Ili apate niponda, aibe japo katiti,
Mja alivyonitenda, ninatamani mauti,
Usimwamini yeyote, amini kivuli chako.

6. Aheri shetani jini, kuliko shetani mtu,
   Tunowakumba njiani, watumaji wake watu,
   Ndugu wa kutoka ndani, kumwamini sithubutu,
   Aweza kuwa shetwani, anipige na mtutu.
   Usimwamini yeyote, amini kivuli chako.

7. Unapoweka imani, uweke na tahadhari,
   Silaha iwe bindoni, tegemea na Qahari
   Ujuwe wafanya nini, inapotokea shari,
   Kilio chafaa nini, mtenda hana habari,
   Usimwamini yeyote, amini kivuli chako.

8. Yupo fanani bubusa, katika sanaa zake?
   Yaani aso yagusa, mambo ya jamii yake?
   Au ashindwe papasa, sakafu ya moyo wake?
   Kama yupo ni tutusa, kina shida kichwa chake,
   Usimwamini yeyote, amini kivuli chako.

9. Niliuchonga ujiti, nichore yalo nisibu,
   Nikafuata shuruti, pamoja na taratibu,
   Kwa wino wa samawati, nimeandika kitabu,
   Mwisho ikawa kunuti, nipate chuma thawabu,
   Usimwamini yeyote, amini kivuli chako.

10. Mja juwa nimekoma, ulo nitenda mazito.
    Sitarudia pogoma, kama mwendo wa kitoto,
    Sijuwi niweke koma, ama niweke mkato,
    Kalamu nayo yagoma, nabaki natoa mato,
    Usimwamini yeyote, amini kivuli chako.

NDUGU ZANGU NAWAJUWA

1. Hodi hodi zimezidi, wajomba na mashangazi,
   Mwingine na uwaridi, ati miye mkumbazi,
   Kaka aenda arudi, hamalizi maongezi,
   Sihitaji kukumbushwa, ndugu zangu nawajuwa.

2. Somo zangu nawajuwa, leo niwape ukweli,
   Bure mnajifutuwa, kusema lile na hili,

Kamwe hamtaambuwa, japo senti ya shekeli,
Sihitaji kukumbushwa, ndugu zangu nawajuwa.

3. Misiba ilinikuta, nishikacho chaunguwa,
Nasaba ziliniwata, hodi yangu yasumbuwa,
Hivi leo nimepata, udugu mwaufukuwa,
Sihitaji kukumbushwa, ndugu zangu nawajuwa.

4. Pia kwangu mlipita, tadhani hamupaoni,
Hamsikii naita, mna nta sikioni
Sasa kwangu mwanifata, asubuhi na jioni
Sihitaji kukumbushwa, ndugu zangu nawajuwa.

5. Nimejifunza si haba, sasa najuwa wenzangu,
Kuna dhahabu na shaba, pia moshi na mawingu,
Adhaba haiwi huba, tamu haliitwi chungu,
Sihitaji kukumbushwa, ndugu zangu nawajuwa.

6. Ndugu zangu nawajua, kwa marefu na mapana,
Nao pia wanijua, kwa usiku na mchana,
Iwe mvua ama jua, pamoja tunashikana,
Sihitaji kukumbushwa, ndugu zangu nawajuwa.

SIKIZA FEDHULI

1. Umekwisha ufedhuli, jasho linakumwaika,
Siioni afadhali, naona wahangaika,
Sasa umelala chali, na macho yamekutoka,
Umefika ukingoni, hizi mbiyo za sakafu.

2. Kumbuka nilikukanya, useme na nyendo zako,
Kwa nguvu nikakufinya, nilikuchapa na mboko,
Nikashitakiya nyanya, naye kafanya tambiko,
Hukusikia mkuu, sasa umevunja guu.

3. Hizi pepo za kaskazi, weye waenda kusini,
Unganiona ni chizi, bora upate yakini,
Shika neno la mzazi, pima na wake uneni,
Iweje ushuwe chombo, wakati maji yajaa?

4. Duniya ina hadaa, ndugu nikupe ukweli,
   Mwenzio nilishangaa, ulipogeuka tapeli,
   Nilishikwa na butwaa, wajua kila shughuli,
   Duniya mti mkavu, kiumbe siegemee,

5. Mwisho sina wasiwasi, nimetimiza wajibu,
   Umepoteza nafasi, kiyasi upate tabu,
   Ashakum si matusi, leo nakupa lakabu,
   Ukiwa mbugani nyumbu, mjini nyoka wa ngoma.

MCHWA WACHA KUJIFUTUWA

1. Kila nikikutazama, mchwa wanishangaza,
   Nabaki nashika tama, mwenzako wanitatiza,
   Kipi kilichokutuma, n'nini unachowaza,
   Hata ujitie mbawa, kama ndege kufanana?
   Mchwa ungajifutuwa, abadani huwi ndege.

2. Kule kutaka fanana, ukajitiya mabawa,
   Waona apata sana, kipungu alichopawa,
   Tena wafanya kutuna, vile tukuite gawa,
   Chuguu lilikukinga, tamaa yakumaliza,
   Mchwa ungajifutuwa, abadani huwi ndege.

3. Tumaini wapoteza, mbawa zinapukutika,
   Hakuna unachoweza, kwa kasi unadondoka,
   Midomo inakucheza, hovyo sasa waboboka,
   Sasa windo umekuwa, chakula chake mjusi,
   Mchwa ungajifutuwa, abadani huwi ndege.

4. Mchwa umepatikana, kwa kujifanya kujuwa,
   Bahati kwako kupona, popote utapo tuwa,
   Hila zote sasa huna, wajuta kujifutuwa,
   Ngumbi ni yako lakabu, siwezi kukwita ndege,
   Mchwa ungajifutuwa, abadani huwi ndege.

5. Kamwe hutakuwa ndege, tanga haliwi ushumbi,
   Hata mbawa uzipige, utabaki kuwa ngumbi,
   Haya sikio litege, huna tabu kumbikumbi,

Mbawa zikiacha mwili, unashikwa kirahisi,
Mchwa ungajifutuwa, abadani huwi ndege.

KISO CHAKO HUKISHIKI

1. Ufanye uwende mbiyo, kaskazi mashariki,
   Ubebe na kuku kwiyo, kwa ndumba unihiliki,
   Yote yawa kifagiyo, kwa uwezo wa Maliki,
   Jalali siyo babiyo, elewa sihadhiriki.
   Kiso chako hukishiki, hata kwa lake shikiyo.

2. Mja kalisha kaliyo, hazina pato shiriki,
   Fanya uweke fungiyo, hutazuia riziki
   Waja angua kiliyo, useme na hizo chuki,
   Mola wangu kimbiliyo, wallahi sifedheheki,
   Kiso chako hukishiki, hata kwa lake shikiyo.

3. Nimegundua mwenziyo, tabasamu lako feki,
   Watia kinukajiyo, kwa chips mishikaki,
   Umepaka kipambiyo, sumu nipate fariki,
   Rabbi kahuluku "siyo" ndiyo mana sianguki
   Kiso chako hukishiki, hata kwa lake shikiyo.

4. Hilo lako kusudiyo, fahamu halitendeki,
   Uweke na kikingiyo, kiso chako hukishiki,
   Ingia kwa kitubiyo, umrudiye Razaki,
   Jalali kaumba "ndiyo" kwa hivyo sitetereki.
   Kiso chako hukishiki, hata kwa lake shikiyo.

5. Wanisema kwa wenziyo, vile isivyo stahiki,
   Shakuwa kitafuniyo, mdomoni sikutoki,
   Neno mwenziwe sikiyo, halichomi si mkuki,
   Mungu tanipa tuliyo, hakika sibabaiki.
   Kiso chako hukishiki, hata kwa lake shikiyo.

6. Alokupa mtwangiyo, na kinu simdhihaki,
   Kuna siku ya chungiyo, kiumbe huiepuki,
   Hivyo situpe dekiyo, kesho haitabiriki,
   Hapa pana zingatiyo, wajibu nduguye haki,
   Kiso chako hukishiki, hata kwa lake shikiyo.

MAONO

1. Kwa macho haya mawili,
   Nilishuhudiya,
   Vinginevyo yapofuke.

2. Kwa masikiyo mawili,
   Niliyasikiya,
   Kinyumeche yazibike.

3. Malaika elfu mbili,
   Menisimamiya,
   Kwa vishindo na makeke.

4. Nikapelekwa mahali,
   Ninawaapiya,
   Sipajuwi jina lake.

5. Nikitetemeka mwili,
   Ninawahofiya,
   Nusu mkojo utoke.

6. Siyogope rijali,
   Wakaniambiya,
   Wasemayo niandike.

7. Makaratasi na stuli,
   Wakanipatiya,
   Ujiti na wino wake.

8. Kwa nahau na methali,
   Wakasimuliya,
   Duniya na mwendo wake.

9. Simba ataka kimwali,
   Akamchumbiya,
   Dondoro akawa mke.

10. Fisi kapawa shughuli,
    Yakustajabiya,
    Supu ya nyama apike.

11. Kanu kapawa kibali,
    Kuwahudumiya,
    Kuku wasiadhirike

12. Dhalimu hana sahali,
    Kuwapiganiya,
    Madhulumu wakomboke
13. Haramu sasa halali,
    Mnaangamiya,
    Mlipo sasa mtoke.
14. Yote haya yana dali,
    Asema Jaliya
    Na mtake msitake
15. Na mfanye kulla hali,
    Tunawausiya,
    Njia ya Mola mshike.
16. Msimame kwenye kweli,
    Haki iwe njiya,
    Kama mwataka mfike,
17. Simpendelee dhuli,
    Ila piganiya
    Apawe kilicho chake.
18. Shirki na iwe mbali,
    Kiikaribiya,
    Mtakosa radhi yake
19. Majazi na taawili,
    Hutayakimbiya,
    Hivyo alimu msake
20. Tulosema si kalili,
    Kikomo twatiya
    Tunataka uzinduke.

NAONA MSOYAONA

1. Mmenitiya upofu, ambao wanishangaza,
   Sizioni tena hofu, ambazo zilitatiza,
   Sioni pia machafu, moyo yalouchukiza.
   Penye kiza kuna kitu, nakiona kinaishi.

2. Ingawa nina upofu, nuru sijaipoteza,
   Ninachoona turufu, zitele katika meza,
   Mwepesi kuona rafu, kama mpira twacheza,
   Penye kiza kuna kitu, hiki kitu cha aushi.

3. Mlonitiya upofu, sikiza nawaeleza,
   Naona watu kwa safu, nadhifu wamependeza,
   Wameshika misahafu, inayotowa mwangaza,
   Penye kiza kuna kitu, kinanifanya niishi.

4. Tangu niwe na upofu, naona mso yaona,
   Simba kaketi na pofu, salamu wanapeana,
   Tembo mbele ya siafu, akimbia hila hana,
   Penye kiza kuna kitu, chanifanya nende joshi.

5. Radhi nife na upofu, nimuone ibilisi,
   Ninaona upotofu, mfichao kwenye rasi,
   Pamba zinakuwa sufu, hariri naona lasi,
   Penye kiza kuna kitu, msikatae bilashi.

DEREVA KIPOFU

1. Nina maneno machache, wingi wa vitendawili,
   Twende sote sikuwache, tuliza yako akili,
   Kama usiku na uche, ulione jambo hili,
   Kibogoyo ala fupa, mwenye meno lamshinda.

2. Katika kupitapita, nikakutana na basi,
   Hovyo kona linakata, na mwendo wake wa kasi,
   Watu wote wanajuta, wamejawa wasiwasi,
   La ajabu wana mato, dereva wao kipofu.

3. Nilimuokota paka, kichanga kiso wazazi,
   Nakilisha chatosheka, nyama maziwa mchuzi,
   Ikakatika miaka, ndipo nikaja maizi,
   Kumbe si paka ni chuwi, roho yangu i shakani.

4. Maajabu ya duniya, mahala nimeyakuta,
   Mtu tawi kakaliya, ndilo hilo alikata,

Na alivyo dhamiriya, kuna pato anapata,
Hajuwi tamaa mbele, mauti hufata nyuma.

5. Uwe sawa akilini, kuelewa nilosema,
Bure tabaki njiani, na mawazo chungu nzima,
Sijue ufanye nini, na jua lenda kuzama,
Mja fahamu majazi, mwenzi wake taawili.

HAMSINI MAJINUNI

1. Ninao wino chupani, na ujiti mkononi,
Naandika ya moyoni, yalonifika jamani,
Sikuwahi kuamini, kuna viumbe majini,
Siku zote nilidhani, hadithi za kizamani,
Sasa hamsini rasi, hamsini majinuni

2. Ninaanziya mwishoni, nilipokaa jamvini,
Nimeketi kitangani, na chano kiko pembeni,
Dogori li kilingeni, yanapungwa mashetani,
Laila wa Subiani, akipandishwa rasini,
Sasa hamsini rasi, hamsini majinuni.

3. Mloketi upenuni, na wa mbali sogeeni,
Muingiye uwanjani, tuyapunge marohani,
Kiti apate amani, imtoke mitihani,
Alisema hadharani, Kachiki mwana Ngonyani,
Sasa hamsini rasi, hamsini majinuni.

4. Kachiki mwana Ngonyani, asomjua ni nani,
Wanasiasa nchini, na wauzaji sokoni,
Huenda kwake nyumbani, wapake ndele usoni,
Anaishi Magomeni, pale Kilosa Mjini,
Sasa hamsini rasi, hamsini majinuni.

5. Mshike vya mikononi, vilaji vya ujinini,
Chetezo na zafarani, na udi wa Uhindini
Manenane na ubani, ambari ya baharini,
Halititi iwe ndani, ni muhimu si utani,
Sasa hamsini rasi, hamsini majinuni.

6. Zamda iwe chupani, sanamaki ya majani,
   Uzire, giligilani, na mchanga wa fukweni,
   Mafuta ya asumini, kamla swedi tofani
   Mafusho ya Uchinani, yasikose siniani,
   Sasa hamsini rasi, hamsini majinuni

7. Rabbi Mola Sultani, Muumba wa mitihani,
   Raha, dhiki na huzuni, qudura zake Manani,
   Ameumba mashetani, kwa siku ya ushetani,
   Kaweka mwiba njiani, ili umchome nani?
   Sasa hamsini rasi, hamsini majinuni.

8. Niwe na mbawa tisini, nipae juu Mbinguni,
   Nikufike arshini, sitafuta la Manani,
   Qudura haepukani, imethibiti juweni,
   Upatalo duniyani, li zamani kitabuni,
   Sasa hamsini rasi, hamsini majinuni.

9. Laila mtoto jini, ndiyo wangu mtihani.
   Miye nipo shubuhani, sijuwi nifanye nini,
   Habanduki ubavuni, wala hatoki kitwani.
   Nifanyeje wenzanguni, mi nitoke kitanzini,
   Sasa hamsini rasi, hamsini majinuni.

10. Nimezama vitabuni, kazi za wanazuoni,
    Biblia Furukani, nimesoma nnje ndani,
    Kote nasaka yakini, na kweli juu ya jini,
    Hukumu yake ni nini, kuishi naye chumbani?
    Sasa hamsini rasi, hamsini majinuni.

11. Laila wataka nini, hivi una kazi gani?
    Umeitwa ugangani, useme yalo moyoni,
    Ama nichore baoni, nijuwe ya ghaibuni,
    Wewe ni wa baharini, au wale wa barani?
    Sasa hamsini rasi, hamsini majinuni.

12. Haya sasa sikizeni, ili mpate baini,
    Mketi hasa vitini, muongeze umakini,
    Karatasi andaeni, na kalamu zishikeni,
    Nisemayo andikeni, muyatie mabukuni,
    Sasa hamsini rasi, hamsini majinuni.

13. Nina mengi mtimani, naomba niwajuzeni,
    Mahala ni darasani, vilianza kiutani,
    Nikapigwa kichogoni, kiza nikawa siyoni,
    Kisunzu tele kichwani, puu nikabwagwa chini,
    Sasa hamsini rasi, hamsini majinuni.

14. Kabla sijabwagwa chini, nilimuuza jirani,
    Aliyenipiga nani, cha mno hasa ni nini?
    Nimefanya kosa gani, hata nipigwe kitwani.
    Wakanicheka jamani, nikahisi tafarani,
    Sasa hamsini rasi, hamsini majinuni.

15. Sulemani una nini? Akanishika begani,
    Aliye kupiga nani? Mbona mimi simuoni,
    Katumiya kitu gani? sema tutowe gizani,
    Akaiomba amani, nisizuwe tafarani,
    Sasa hamsini rasi, hamsini majinuni.

16. Nilipoanguka chini, nikawa nipo ndotoni,
    Niko mwenyewe njiani, mji wa ughaibuni,
    Nakimbizwa na manyani, wenye mawe mikononi,
    Nikasemeya moyoni, lile si joka jamani?
    Sasa hamsini rasi, hamsini majinuni.

17. Joka hili joka gani? Lenye kipembe kichwani,
    Ana ushanga shingoni, pete tano mkiani,
    Mwale wa moto machoni, moshi watoka puani,
    Akazichochea kuni, kwa kuungana na nyani,
    Sasa hamsini rasi, hamsini majinuni.

18. Kwenye vitabu vya dini, anatajwa maluuni,
    Atambaye baharini, angani na ardhini,
    Alozuwa tafarani, duniyani na mbinguni,
    Ana matobo kitwani, hana jema asilani.
    Sasa hamsini rasi, hamsini majinuni.

19. Mwenye kipembe kichwani, alifukuzwa Mbinguni,
    Akashuka duniyani, kama Amiri jeshini,
    Watu hawaelewani, athama ya punguwani,
    Nilosoma vitabuni, leo dhahiri machoni,
    Sasa hamsini rasi, hamsini majinuni.

20. Mwenye laana ya Manani, akaungana na nyani,
    Loo! niko hatarini, kutolewa duniyani.
    Na kiumbe hayawani, mtiya ndimi puani,
    Nikamwomba Rahmani, anitowe hatarini.
    Sasa hamsini rasi, hamsini majinuni.

21. Jasho likanimwaika, na miguu ikachoka,
    Manyani wakanifika, Joka likanizunguka,
    Mwenzenu nilitishika, mwili ukatetemeka,
    Mama nikamkumbuka, na yowe likanitoka,
    Sasa hamsini rasi, hamsini majinuni.

22. Haja ndogo initoka, bila mwenyewe kutaka,
    Mwili wote ukachoka, nikahisi kuanguka,
    Jijoka likajisuka, mwilini kunizunguka,
    Mwili ukasisimka, na woga ukanishika,
    Sasa hamsini rasi, hamsini majinuni.

23. Sauti zikasikika, ya mifupa kuvunjika,
    Nyani wakaongezeka, sijuwi walikotoka,
    Wakawa wakinicheka, vile ninavyoteseka,
    Tena wakirukaruka, duwara wakizunguka,
    Sasa hamsini rasi, hamsini majinuni.

24. Miguu ilinyooka, ulimi ukanitoka,
    Shingo ilivyochongoka, kama yataka katika,
    Mwili ukatetemeka, baridi ikanishika,
    Ningeweza kuanguka, ni joka lilonishika,
    Sasa hamsini rasi, hamsini majinuni.

25. Roho ilihangaika, nikahisi yanitoka,
    Pumzi ziathirika, kuruzo lilinitoka,
    Mishipa ilipasuka, damu zikachuruzika,
    Koo lilinikauka, na kiu ilinishika,
    Sasa hamsini rasi, hamsini majinuni.

26. Mambo yasiyo kufika, masikiyo huyachoka,
    Vigumu kuaminika, madhali yawacha shaka,
    Kweli nimeona Joka, Baada ya kuzimika,
    Hata nilipozinduka, kichwani halikutoka,
    Sasa hamsini rasi, hamsini majinuni.

27. Ndotoni nikiteseka, kwa waja nilizimika,
    Nyuso zilifazaika, huku wakihangaika,
    Wapo walionishika, wakisema "pepo toka"
    Visomo vilifanyika, ili nipate zinduka,
    Sasa hamsini rasi, hamsini majinuni.

28. Walimwomba Msifika, ili nipate ponyeka,
    Maneno yakanitoka, sauti ikachujika,
    "Mimi si mwenye kutoka, hapa ndipo nimefika,
    Fanyeni mnalotaka, katu si mwenye kutoka"
    Sasa hamsini rasi, hamsini majinuni.

29. Watu waliongezeka, kundi likakusanyika,
    Nikiwa nataabika, joka limenizunguka,
    Kumbe hovyo naboboka, sauti zabadilika,
    Macho nayo yakatoka, na shingo ilipindika,
    Sasa hamsini rasi, hamsini majinuni.

30. Mrembo aloumbika, sijuwi alipotoka,
    Manyani wakatishika, ajabu wakatoweka,
    Joka likafokafoka, na ndimi zilimtoka,
    Kipembe kikatamka, mambo yasoelezeka,
    Sasa hamsini rasi, hamsini majinuni.

31. Hatua akairuka, kipusa akanifika,
    Vitisho vyote vya joka, Mrembo hakutishika,
    Machoni alinishika, nikayafumba haraka,
    Macho yalipofumbuka, nikawa nimezinduka,
    Sasa hamsini rasi, hamsini majinuni.

32. "Looo! Amezinduka" mmoja akasikika,
    "Damu sasa zamtoka, ulimi umechanika"
    Taratibu kapashika, pale zinaponitoka,
    "Kumbe hapajachimbika, ni kama pamechubuka"
    Sasa hamsini rasi, hamsini majinuni.

33. Kichovu nikainuka, tayari kwa kuondoka,
    Nguo zilivyochafuka, rangi zilibadilika,
    Na nyumbani nilifika, si kama niloanguka,
    Wale walonipeleka, wala hawakusumbuka,
    Sasa hamsini rasi, hamsini majinuni.

34. Wala sikupumzika, nyumbani nilipofika,
    Ndugu walonizunguka, niliwatoa mashaka,
    Jinsi nilivyoanguka, kuwaficha sikutaka,
    Yale yaliyo nifika, yote sikuyafutika,
    Sasa hamsini rasi, hamsini majinuni.

35. Kabisa sikufutika, yote yaliyo nifika,
    Kisunzu na kuanguka, pamoja na kuzimika,
    Habari za yule joka, na bint aloumbika,
    Wale nyani walozuka, mwisho nilivyozinduka,
    Sasa hamsini rasi, hamsini majinuni.

36. Ndugu wakafazaika, huzuni iliwashika,
    Hasa walipokumbuka, Bibi alivyo kauka,
    Alianza kudondoka, na kisha akazimika,
    Naye aliweweseka, na macho yalimtoka,
    Sasa hamsini rasi, hamsini majinuni.

37. Kitu alichotamka, Bibi alipozinduka,
    "Nilizingirwa na Joka, na nyani walonicheka,
    Mwanamke 'lipozuka, machoni akanishika,
    Roho nahisi yatoka, kaaga na kuwatoka"
    Sasa hamsini rasi, hamsini majinuni.

38. Bibi aliyependeka, ndivyo alivyowatoka,
    Kifo chake cha mashaka, sasa wakakikumbuka,
    Wenzangu hawakutaka, yaleyale kunifika.
    Hatimaye wakatoka, nami nikapumzika.
    Sasa hamsini rasi, hamsini majinuni.

39. Jinsi walivyotishika, wala hapakukalika,
    Nyumbani wakaondoka, wote wamehamanika
    Hofu iliyowashika, mganga wakamsaka,
    Wallahi hawakutaka, hayo mambo kunifika,
    Sasa hamsini rasi, hamsini majinuni.

40. Majani ya mkirika, mizizi ya msanaka,
    Buni zilizokauka, na mafuta ya mbarika,
    Ndivyo vilivyotumika, mwili wangu kuzindika,
    Lengo nipate epuka, matatizo kunifika,
    Sasa hamsini rasi, hamsini majinuni.

UKIONACHO NDOTONI

1. Kiona choo ndotoni, kiumbe sikitumiye,
   Haja iwe mlangoni, kazana ishikiliye,
   Tena fanya hukioni, shukani siyaachiye,
   Yataka uzingatiye, uyaonayo ndotoni.

2. Kiona kiza ndotoni, mwenzangu usiumiye,
   Mfano mwanga uoni, pambana ukufikie,
   Swali utoke shimoni, Rabbi akuangazie
   Yataka uzingatiye, uyaonayo ndotoni.

3. Kiona simba ndotoni, naomba simkimbiye,
   Mrukiye mgongoni, kipando ujifanyiye,
   Uwatazame usoni, maadui wazimiye,
   Yataka uzingatiye, uyaonayo ndotoni.

4. Kiona swala ndotoni, kichale umnyatiye,
   Sije zama mtegoni, kijanja mkaribiye
   Mtazame kwa makini, asiwe chui uliye,
   Yataka uzingatiye, uyaonayo ndotoni.

MANENO YENYE MENO

1. Neno limekuwa neno, kiziwi kalisikiya,
   Neno liwe la mfano, tupate kujifunziya,
   Neno lisiwe ndoano, kooni likanasiya,
   Kuna neno na maneno, kuna neno lenye meno.

2. Lipo neno la uchungu, kiasi bubu aseme,
   Mja apigwe kirungu, achapwe hata umeme,
   Tayatowa kwa uvungu, na machungu ayateme,
   Kuna neno na maneno, kuna neno lenye meno.

3. Lipo neno la furaha, hata yatima acheke,
   Neno jema ni tufaha, kiasi na lipendeke,
   Kinyume chake karaha, wanangwa na mpulike,
   Kuna neno na maneno, kuna neno lenye meno.

4. Kuna neno la asili, kwa hilo tumeumbiwa,
   Hilo neno ni Jalali, Akisema "Kuwa" huwa,

Neno hili ndiyo kweli, werevu wanatambuwa,
Kuna neno na maneno, kuna neno lenye meno.

5. Kuna maneno makali, kuliko hata jambiya,
Yanawaua makuli, watumwa na malikiya,
Hayachagui katili, na rahimu humshukiya,
Kuna neno na maneno, kuna neno lenye meno.

6. Kuna maneno matamu, asali iwe pembeni,
Tena hayaishi hamu, tayapenda ulimini,
Kuyakosa talaumu, ukose raha moyoni,
Kuna neno na maneno, kuna neno lenye meno.

7. Kuna maneno hutibu, magonjwa yaso dawa,
Yanasemwa taratibu, maradhi yapate powa,
Humtuliza mahabubu, maneno akiambiwa,
Kuna neno na maneno, kuna neno lenye meno.

MWANA SIKIZA MGANGA

1. Umefika kwa mganga, karibu binti wa Vanga,
Mkononi vaa shanga, kitwani jitande khanga
kaniki vizuri funga, kisha kamata usinga.
Shika neno la mganga, tambiko ling'owe nanga.

2. Ni jambia siyo panga, yajulikana milanga,
Mjohole si mninga, Subiyani si mjinga,
Jogoo si kifaranga, marohani 'tayanonga,
Shika neno la mganga, tambiko ling'owe nanga.

3. Makata ataka ninga, ndege mbeba majanga,
Umeleta njiwamanga, mwana sikiza mganga,
Leo huna la kulonga, tuliya silete ngenga,
Shika neno la mganga, tambiko ling'oe nanga.

4. Usiogope manyanga, ndiyo mwanzo wa kupunga,
Sijafundishwa kukenga, wala tiba kubananga,
Mwana sicheke uganga, kutabana si ujinga,
Shika neno la mganga, tambiko ling'oe nanga

5. Natambulika Kiunga, Wasini na huko Vanga,
   Unguja na Sumbawanga, Monduli na Mkuranga,
   Huko kote nimetinga, hakuna wa kunipinga,
   Shika neno la mganga, tambiko ling'owe nanga.

NIMETAFAKARI

1. Kumekucha ni salama, nashukuru Mungu wangu,
   Japo dede nasimama, na tete hatua zangu,
   Ninakuomba Karima, nifike safari yangu
   Nimezama fikirani, nawaza miye nawaza.

2. Aliyeumba kinyonga, Ndiye kaumba farasi,
   Lumbwi siwezi jinyonga, kuliliya kwenda kasi,
   Karima Ndiye hupanga, ndogo nyingi na kiasi,
   Nimezama fikirani, nawaza miye nawaza.

3. Namtazama jongoo, kunako miguu yake,
   Ilivyo kama pongoo, ajabu ni mwendo wake
   Kamzidi kangaroo, lakini si mbiyo zake,
   Nimezama fikirani, nawaza miye nawaza.

4. Sijaona uwaridi, lisilo kuwa na miba,
   Ama jambo maridadi, baya liwate kubeba,
   Juwa kuna kujirudi, ndipo ikawapo toba,
   Nimezama fikirani, nawaza miye nawaza.

5. Mja usiwe bahili, piya usifanye riya,
   Ila sianguke chali, asama kusaidiya,
   Moyo usizidi hali, Mola alokujaliya,
   Nimezama fikirani, nawaza miye nawaza.

6. Kaditama namaliza, hapa natiya kikomo,
   Shika nilo yawaza, huwenda tapata somo,
   Kuuliza unaweza, zingatiya yaliyomo,
   Nimezama fikirani, nawaza miye nawaza.

UJINGA

1. Msijedhani natunga, ama nasema uwongo,
   Mumejawa na ujinga, wa kwenda bila mipango,
   Dirisha lipo kwa mwanga, nyiye mwafanya mlango,
   Leo nimetunga tungo, ya kuwatowa ujinga.

2. Kutenda kwa kubananga, na kukanyaga malengo,
   Nyote hovyo mwapuyanga, tadhani hamna bongo,
   Mumekileta kisanga, fupa kuumpa pengo,
   Leo nimetunga tungo, ya kuwatowa ujinga.

3. Ku wapi kwingi kuchunga, na kupeteya kwa ungo,
   Sima imejaa chenga, umethibiti urongo,
   Mtoto kapawa mwanga, mwizi alilinde jengo,
   Leo nimetunga tungo, ya kuwatowa ujinga.

4. Beti nne nina funga, zatosha kutowa nongo,
   Najuwa nimewagonga, ingawa sinalo gongo,
   Sidhamiri kuwananga, siniwekee kinyongo,
   Leo nimetunga tungo, ya kuwatowa ujinga.

WAJA HATUNA HIYARI

1. Nyayo hufuata ndiya, Maliki aloipanga,
   Mja huwezi kimbiya, uchungu wake pakanga,
   Huna hila kufikiya, asali kwenye mzinga,
   Hakika Mola Hupanga, kila kitu Hujaliya.

2. Sijaribu kudhaniya, mwenyewe waweza panga,
   Hebu kwanza zingatiya, jahazi na lake tanga,
   Upepo hufuwatiya, labda ishushwe nanga,
   Hakika Mola Hupanga, kila kitu hajalia.

3. Mwenda mbio hana njiya, angakazana kuwanga,
   Afanye kukusudiya, akupatie majanga,
   Mola takupiganiya, midhali hakuyapanga.
   Hakika Mola Hupanga, kila kitu Hujaliya.

4. Kwa nguvu ukajitiya, huko na huku kutanga,
   Kuti kujitafutiya, kwa mashekhe na waganga,

Ka hajakuandikiya, juwa utayabananga,
Hakika Mola Hupanga, kila kitu Hujaliya.

5. Mchele twajipatiya, kwa kuutwanga mpunga,
Kama ukiyapatiya, si ujuzi wa kulenga,
Mungu Akikujaliya, mja sianze kuringa,
Hakika Mola Hupanga, kila kitu Hujaliya.

6. Hapa kikomo natiya, sasa nawata kulonga,
Nilosema zingatiya, kiumbe yatakujenga,
Mwisho naomba Jaliya, Atukinge na majanga,
Hakika Mola Hupanga, kila kitu Hujaliya.

UKWELI NDIVYO ULIVYO

1. Shika puto lenye hewa, kwenye maji kandamiza,
Nguvu hautazidiwa, mara nyingi taliweza,
Ila si zote elewa, lazima litatokeza,
Kimbiya bila chelewa, lisije kukuumiza.
Ukweli ndivyo ulivyo, kinyume chake urongo.

2. Mfano usiku kawa, ufunike vya kuoza,
Unaweza ukapawa, mdomoni kuingiza,
Kukicha utavitowa, jua litapoangaza,
Haiwi haitakuwa, jua kuwacha chomoza,
Ukweli ndivyo ulivyo, kinyume chake urongo.

3. Mtu aweza zidiwa, gesi ikamuumiza,
Sehemu aliyo kuwa, kufusa hatakuweza,
Hatuwa atachukuwa, apate kuipoteza,
Kuna jambo aso juwa, kitambo ishapenyeza,
Ukweli ndivyo ulivyo, kinyume chake urongo.

4. Baba wa kusingiziwa, wa tele ukichunguza,
Shamba waweza limiwa, bila mtu kukujuza,
Mavuno ukipatiwa, kwa furaha watangaza,
Mama wa kubambikiwa, hayuko nakueleza,
Ukweli ndivyo ulivyo, kinyume chake urongo.

5. Hautaki kuchezewa, na uwache kuchokoza,
   Ukweli unaumbuwa, pia unaangamiza,
   Urongo 'ngajifutuwa, haudumu kwa fuuza,
   Beti tano nizotowa, zikutowe kwenye kiza,
   Ukweli ndivyo ulivyo, kinyume chake urongo.

SIKIZA MOYO WANGU.

1. Moyo wangu ewe moyo, sikiza ninayonena,
   Moyo ulinde unyayo, na njia zenye laana,
   Moyo na uwe na mbuyo, bahari ni chafu sana,
   Moyo sifanye uchoyo, mtowaji ni Rabbana,
   Moyo ninasema nawe, moyo sifanye machungu.

2. Moyo sifanye machungu, yao yasikuumize
   Moyo tegemea Mungu, maneno siendekeze,
   Moyo nawapige gungu, tuliya siwakataze,
   Moyo sione utungu, ngoma yao usicheze.
   Moyo ninasema nawe, moyo sifanye machungu.

3. Moyo usipige fundo, waja ukawachukiya,
   Moyo sibadili mwendo, usije kuwashukiya,
   Moyo jiweke kando, na fujo nakuusiya,
   Moyo usizue kondo, usije ukaumiya,
   Moyo ninasema nawe, moyo sifanye machungu.

4. Moyo sifanye papara, siri zako ukasema,
   Moyo sifanye harara, ukaikosa hekima,
   Moyo usije kuchura, nataka omba salama,
   Moyo sipoteze dira, na njia ya waja wema,
   Moyo ninasema nawe, moyo sifanye machungu.

5. Moyo sije hadaika, kishike ulicho nacho,
   Moyo kama watishika, Rabbana Akupe ficho
   Moyo sije papatika, wala usione kicho,
   Moyo naomba futika, Mola wako ana macho,
   Moyo ninasema nawe, moyo sifanye machungu.

6. Moyo yasikupe joto, maneno wanoyazoza,
   Moyo sipate fukuto, ingawa wakuchokoza,

    Moyo sifanye utoto, ujinga hauna jaza,
    Moyo duniya mapito, upite bila kuteza,
    Moyo ninasema nawe, moyo sifanye machungu.

7. Moyo usiwe mkali, kujibu wapenda shari,
    Moyo bora stahamili, subira huvuta heri,
    Moyo sifanye fedhuli, na pia sitakabari,
    Moyo fanya kulla hali, duniya isikughuri,
    Moyo ninasema nawe, moyo sifanye machungu.

8. Moyo sigeuke chuwi, wabaya wangakazana,
    Moyo hayanichefuwi, sijibu wano tukana,
    Moyo jifanye hujuwi, jizuwiye kushindana,
    Moyo upunguze tuwi, mchele sijeshikana,
    Moyo ninasema nawe, moyo sifanye machungu.

9. Moyo sigeuke simba, swala waka kukimbiya,
    Moyo usije wakumba, ingawa wakuchukiya,
    Moyo kwa furaha imba, yanokusibu fukiya,
    Moyo wangu kuwa mwamba, ishinde hino duniya,
    Moyo ninasema nawe, moyo sifanye machungu.

10. Moyo sigeuke ndege, kila mti ukatuwa,
    Moyo wacha wakutege, midhali umetambuwa,
    Moyo hata wakupige, mdomo sije inuwa,
    Moyo usicheke tege, Mola Ndiye muumbuwa
    Moyo ninasema nawe, moyo sifanye machungu.

11. Moyo bora uwe zuzu, mengi yapate kupita,
    Moyo ukiwa kauzu, lilahi hutaudhika,
    Moyo usome ufuzu, elimu ya kufutika,
    Moyo siwe mlambizu, sipae unavyotaka,
    Moyo ninasema nawe, moyo sifanye machungu.

12. Moyo naomba sikiya, yale usiyoyapenda,
    Moyo ewe angaliya, viumbe wanayotenda,
    Moyo kesho subiriya, leo usiwe na inda,
    Moyo hutaangamiya, japo mbio wanaenda,
    Moyo ninasema nawe, moyo sifanye machungu.

13. Moyo kama wanipenda, nilinde na mitihani,
    Moyo nisije kukonda, vya wenzangu kutamani,

Moyo heri ya shinda, iliyo mwangu chumbani,
Moyo ridhika na kinda, aliye mwangu bandani,
Moyo ninasema nawe, moyo sifanye machungu.

14. Moyo kuwa Sultani, cha mtu usitamani,
Moyo usiwe shetwani, ukaiba majumbani,
Moyo usiwe jununi, ukaivunja amani,
Moyo usiwe fatani, kisalata mtaani,
Moyo ninasema nawe, moyo sifanye machungu.

15. Moyo siogope jasho, pato haliwi ngekewa,
Moyo wafanye vitisho, subiri kufanikiwa,
Moyo na ufanye mbisho, upate kufunguliwa,
Moyo nimefika mwisho, niloyasema chukuwa,
Moyo ninasema nawe, moyo sifanye machungu.

SIDHARAU KAZI

1. Uza dagaa mchele, piga na kibakubaku,
Wala hupigi kelele, puyanga huko na huku,
Mkeo apike mle, mwidu sitamani kuku.
Sidharau kazi yako, miye sikufai kitu.

2. Piga debe kwa matatu, mchana hata usiku,
Kwa mbwembwe uite watu, kwa taksi na tukutuku,
Wana wapate viatu, sisahau na mabuku,
Sidharau kazi yako, miye sikufai kitu.

3. Lima shamba bila haya, sisononeke moyoni,
Kwa kanu hupati paya, msufi hauna buni,
Sitegemee cha mbuya, wala sikitumaini,
Sidharau kazi yako, miye sikufai kitu.

4. Juwa wizi ushetani, hatima yake motoni,
Si kitamu ulimini, cha kuiba kwa jirani,
Hakifichi maungoni, cha kupora madukani,
Kazi ni ile halali, yenye kufaa jamii.

RIZIKI NI MAJALIWA

1. Hakumuumba kilema, Akamkosesha mwendo
   Huyo ni Mola Karima, Mfalme wa vishindo,
   Sijitiye uyatima, funguwa yako mafundo,
   Rauka ufanye hima, nyumbani haliji windo.
   Riziki ni majaliwa, kuipata si ngekewa.

2. Mwenye kupawa ukwasi, katu hakupendelewa,
   Fukara ondowa wasi, sababu hukuonewa,
   Mitihani ya Qudusi, Mola Mwenyewe Hugawa,
   Alichopawa pungusi, perege hakupatiwa.
   Riziki ni majaliwa, kuipata si ngekewa.

3. Rauka wahi kazini, upate yako ijara,
   Taabu za mawindoni, na zikufanye imara,
   Towa simanzi moyoni, tena sifanye harara,
   Bosi avimbe kichwani, tuli sipoteze dira.
   Riziki ni majaliwa, kuipata si ngekewa.

4. Subiri mja subiri, hebu wacha kusonona,
   Mzowee mwaajiri, mambo yapate kufana,
   Usimletee shari, japo dhiki waiona,
   Kuritadi sifikiri, lisilo mwisho hakuna.
   Riziki ni majaliwa, kuipata si ngekewa.

NDONDO SIYO CHURURU

1. Ndondondo siyo chururu, mwasema kila uchao,
   Wenzangu msikufuru, riziki haina kwao,
   Nipatacho nashukuru, sijali vyenu vikao,
   Nakubali si chururu, haba mwanzo wa kibaba.

2. Nasemwa mvaa moja, nguo kauka nivae,
   Kutoka kwangu si haja, tuli nyumbani nikae,
   Ati tafanya kiroja, kiasi wanikatae,
   Nakubali si chururu, haba mwanzo wa kibaba.

3. Miye nitajikusuru, nilime hata miraba,
   Kikubwa sitakufuru, 'tamuomba Mungu Baba,

Hata hivyo nashukuru, ninachopata si haba,
   Nakubali si chururu, haba mwanzo wa kibaba.
4. Huwezi kupata kenda, bila kuanza na moya,
   Sijitii mbio kwenda, nachelea vunja taya,
   Lolote kiumbe tenda, kwa paka hupati paya,
   Nakubali si chururu, haba mwanzo wa kibaba.
5. Sikitaki cha kuiba, kilijaze tumbo langu,
   Silipendi la kahaba, lisokata hamu yangu,
   Haramu haiwi tiba, kutibu maradhi yangu,
   Nakubali si chururu, haba mwanzo wa kibaba.
6. Ingawa sijakinai, cha mtu sikitamani,
   Hata niwe na nishai, sirukii cha jirani,
   Nina dhiki sikatai, na Mungu yupo juweni,
   Nakubali si chururu, haba mwanzo wa kibaba.

SI BURE NINAYO NGOMA

1. Tumbo laniunguruma, ninaendesha matata,
   Kichwa nacho chaniuma, kitovu kinanikata,
   Kila siku miye homa, ngozi yote yafukuta,
   Si bure nimeupata, hizi dalili za ngoma.
2. Mbavu zinatomatoma, mgongo wanichonyota,
   Naenda kwa kuinama, mwili ninaukokota,
   Vikizidi kunichoma, mwendo sina ninasota,
   Si bure nimeupata, hizi dalili za ngoma.
3. Chakula siwezi uma, kooni tabu kupita,
   Majipu yasiyo koma, mwilini yameniota,
   Nimekonda sina nyama, hema yangu ya kukuta
   Si bure nimeupata, hizi dalili za ngoma.
4. Jembe kupenda kulima, kila shamba nilokuta,
   Ninaingiya mzima, kwa pupa napiga tuta,
   Nimekuwa kiserema, hivi sasa ninajuta,
   Si bure nimeupata, hizi dalili za ngoma.

5. Hapa tupu sijapima, peke yangu mwaniwata,
   Vipembeni mwanisema, gari limegonga kuta,
   Siko tayari kupima, kwa nguvu mnganivuta,
   Si bure nimeupata, hizi dalili za ngoma.

MUNGU NIPA PUMZIKO

1. Kitambo ninauguwa, siwezi hata nyanyuka,
   Ninatumiya madawa, pasina hata kuchoka,
   Mwili hautaki powa, wala maradhi kutoka,
   Ninataka pumzika, Ya Rabbi naomba duwa,
   Wauguzi watachoka, kunipinduwapinduwa.

2. Dua ninaombewa, rukiya zinafanyika,
   Dhabihu pia natowa, najitahidi sadaka,
   Ila bado nazidiwa, kila siku nateseka,
   Ninataka pumzika, Ya Rabbi naomba duwa,
   Wauguzi watachoka, kunipinduwapinduwa.

3. Kadhaa tumeumbiwa, na qadar kadhalika,
   Haya yote majaliwa, siwezi kuyaepuka,
   Midhali nimepangiwa, muhali kunusurika,
   Ninataka pumzika, Ya Rabbi naomba duwa,
   Wauguzi watachoka, kunipinduwapinduwa.

4. Sikiza Mtegemewa, Mola uso mshirika,
   Najua sijaonewa, haya yote kunifika,
   Ila nimeelemewa, mja wako nasumbuka,
   Ninataka pumzika, Ya Rabbi naomba duwa,
   Wauguzi watachoka, kunipinduwapinduwa.

5. Na ndugu nahudumiwa, vizuri pasina shaka,
   Nikitaka 'inuliwa, nnje waenda niweka,
   Usafi ninafanyiwa, kwa wakati muafaka,
   Ninataka pumzika, Ya Rabbi naomba duwa,
   Wauguzi watachoka, kunipinduwa pinduwa.

SIKU YA TAFAKURI

1. Kiangazi na masika, huenda pia hurudi,
   Siku nazo hukatika, ila kamwe hazirudi,
   Hivyo twapata miaka, kwa kudura za Wadudi.
   Siku hiyo ulozawa, ni siku ya tafakuri.

2. Kuzawa na kisha kufa, mara moja hutukiya,
   Kifo atazame sofa, aketi kusubiriya,
   Ama yaje kwa sadfa, mja aonje duniya,
   Siku hiyo ulozawa, ni siku ya tafakuri.

3. Mwanao anapozawa, huzawapo na kiliyo,
   Cha kutisha huwambiwa, kiasi awaze mbiyo,
   Duniya yaogopewa, na mja mwenye sikiyo,
   Siku hiyo ulozawa, ni siku ya tafakuri.

4. Yake macho huoneshwa, maisha vile yalivyo,
   Kila kitu ajulishwa, vibaya na vipendwavyo,
   Alizwa kwa kuoneshwa, vile dunia ilivyo,
   Siku hiyo ulozawa, ni siku ya tafakuri.

5. Leo washeherekeya, mazazi waadhimisha
   Dua ninakuombeya, na mishumaa nawasha,
   Napenda kuendeleya, ila wino umekwisha,
   Siku hiyo ulozawa, ni siku ya tafakuri.

KABURI HUTOSHEKI?

1. Lini hasa tatosheka? Kaburi nakuuliza,
   Nijibu pasina shaka, haya yanonitatiza,
   Tumeshachoka kuzika, kila siku kwa fuuza,
   Kaburi nilouliza, yajibu siwache shaka.

2. Lini hasa taridhika? Tumbo lako kulijaza,
   Kaburi hauna rika, hata watoto humeza,
   Huchelei kupasuka, mwenzako waniduwaza,
   Kaburi nilouliza, yajibu siwache shaka.

3. Lini hasa tasimama? Viumbe kuangamiza,
   Kaburi huna huruma, uchao watuumiza,

Kichanga huwa yatima, mamaye wampoteza,
Kaburi nilouliza, jibu upowe mtima.

4. Lini hasa utakoma? Binadamu kutuliza,
Imamu na maamuma, twazidi kuwapoteza,
Kaburi wata nakama, miye nakubembeleza,
Kaburi nalouliza, jibu upowe mtima.

5. Lini hasa utawacha? Tumboni kutuingiza,
Wenye fedha kwachakwacha, na wale wasojiweza,
Kaburi hukuwaacha, yeyote unammeza,
Kaburi nilouliza, yajibu pasi kuficha.

6. Lini hasa kutakucha? Utoke katika kiza,
Kaburi ukatwe kucha, ushindwe kutukwaruza,
Tumbo lako liwe chacha, lsiweze kutumeza,
Kaburi nilouliza, yajibu pasi kuficha.

KWA HERI SAMWEL SITTA

1. Babu uliyenilea, Mzee Samweli Sitta,
Sasa huwezi ongeya, Mola wetu amekwita,
Nashindwa uelezeya, msiba ulonikuta,
Kwa heri Samweli Sitta, upumzike salama.

2. Babu ninayo imani, nisemayo wasikiya,
Japo haiwezekani, kwa kinywa kuitikiya,
Kiroho upo bungeni, yote wafuatiliya,
Kwa heri Samweli Sitta, ona tunavyo kupenda.

3. Babu usiye ajizi, kiongozi wa mfano,
Ulifanya mageuzi, bunge ukalipa meno,
Likawa lafanya kazi, bila hata utengano,
Kwa heri Samweli Sitta, tanguliya tunakuja.

4. Babu tunakuheshimu, sisi wachache bungeni,
Metupa kazi muhimu, kwa mujibu wa kanuni,
Kamati tatu adhimu, ulitupa wapinzani,
Kwa heri Samweli Sitta, duniya kwetu mapito.

5. Babu mengi ulipasi, katika yako malengo,
   Ukaondosha najisi, katika huu mjengo,
   Bunge likawa la kasi, jadidi lenye viwango,
   Kwa heri Samweli Sitta, tutakuenzi daima.

6. Babu vema tumuenzi, tumuenzi kwa vitendo,
   Katuwacha wanagenzi, tuzifate zake nyendo,
   Mwisho naomba Mwenyenzi, Atujalie upendo,
   Kwa heri Samweli Sitta, Akhera tutakuona.

NAJA KILUNGA

1. Miye nipate mkembe, na mbuku wa kubanika,
   Ama ugali wa sembe, kwa samaki wa kupaka,
   Kisha nipate maembe, yenyewe yalo dondoka,
   Mwenzenu naja Kilunga, Nyachilo nataka fika.

2. Nitaanziya kwa Kwembe, kwa kupitiya Kiroka,
   Sizipendi zake pombe, sema nimemkumbuka,
   Ngoja nifike atambe, ndugu yake nimefika,
   Mwenzenu naja Kilunga, Nyachilo nataka fika.

3. Sitamuacha Msimbe, ndugu yangu mpendeka
   Nyumba yake aipambe, nifurahi wake kaka,
   Kibwaya kwenye miembe, kiuliza umefika,
   Mwenzenu naja Kilunga, Nyachilo nataka fika

4. Kinole yuko Mtimbe, itanipasa kushuka,
   Nyimbo za mbeta aimbe, na ngadu aende shika,
   Kisha usiku atambe, ngano za kusadikika,
   Mwenzenu naja Kilunga, Nyachilo nataka fika.

5. Tegetero yuko Pembe, kwa uganga asifika,
   Anaujuwa usembe, yu fundi wa kuzindika,
   Tamleteya msembe, hisani nimekumbuka
   Mwenzenu naja Kilunga, Nyachilo nataka fika.

6. Luhangazi niwaombe, mwaka huu sitafika,
   Nakicheleya kimbembe, cha mlima na vichaka,

Nawataka msigombe, ipo siku nitafika,
   Mwenzenu naja Kilunga, Nyachilo nataka fika.

7. Rubwe aishi Kagombe, kwa jigambo asifika,
   Hawezi kushika jembe, na vitamu avitaka,
   Sasa kimombo aimbe, utakufa kwa kucheka,
   Mwenzenu naja Kilunga, Nyachilo nataka fika.

8. Karibu nafika Kwembe, mtambuwe nimechoka,
   Nataka nikute embe, na ndizi za kuvundika,
   Na mihogo mkachimbe, arafa niloandika,
   Mwenzenu naja Kilunga, Nyachilo nataka fika.

MJAZA SAFU

1. Nataka nijaze safu, peke yangu gazetini,
   Nijaze pasipo hofu, nijifunze hii fani,
   Pa mim niweke qafu, yee niandike nuni,
   Bado nipo darasani, sijaifuta alifu.

2. Bure mnganikashifu, kucheka yangu maguni,
   Midhali kuna Raufu, sitayumba asilani,
   Namuomba Mtukufu, nami nipate diwani,
   Bado nipo darasani, sijaifuta alifu.

3. Ilianza kuwa dafu, kila nazi tambuweni,
   Koroma zishike difu, pevu ziangushwe chini,
   Halafu tupate ufu, tuwi litiwe chunguni,
   Bado nipo darasani, sijaifuta alifu.

4. Kusoma mwanzo alifu, kwa kijiti mkononi,
   Kuhitimu masahafu, na kuhifadhi kitwani,
   Kusikutiye upofu, ucheke walio chini,
   Bado nipo darasani, sijaifuta alifu.

5. Kuzidisha kujisifu, akhalaq za shetwani,
   Kuruhusu upotofu, ni ada za hayawani,
   Kumezeya lilo chafu, upungufu wa imani,
   Bado nipo darasani, sijaifuta alifu.

6. Mwisho ninawaarifu, sina kitu mtimani,
   Moyo wangu mkunjufu, hakika nina amani,
   Zishe sasa khitilafu, penye kosa samahani,
   Bado nipo darasani, sijaifuta alifu.

NISIKIZE KIONGOZI

1. Kuna mambo kiongozi,
   Nataka kukuusia,
   Hiyari kuzingatia,
   Ama kuyapuuzia.

2. Kuna mambo kiongozi,
   Usiseme waziwazi,
   "Imekuwa kubwa kazi"
   "Sina namna siwezi"

3. Kuna mambo kiongozi,
   Kutamka hutakiwi,
   "Tuendapo sipajuwi"
   "Nimekwama sielewi"

4. Kuna mambo kiongozi,
   Siyanene iwe vipi,
   "Sijuwi nifanye lipi"
   Na "tufate njia ipi"

5. Kuna mambo kiongozi,
   Kuyajuwa ni lazima,
   Siwe wa kwanza kusema,
   Na sikiza madhuluma.

6. Kuna mambo kiongozi,
   Vema uyapime kwanza,
   Siyo kurupu wafanza,
   Taifa utaliponza.

7. Kuna mambo kiongozi,
   Yataka kuyachunguza,

    Pamwe na kupeleleza,
    Kabula ya kutangaza.

8. Kuna mambo kiongozi,
   Kuyafanya ni laana,
   Kuwasha taa mchana,
   Thama futa jingi sana.

9. Kuna mambo kiongozi,
   Yaepuke fanya hima,
   Kula huku ukisema,
   Kwenda haja 'mesimama.

10. Kuna mambo kiongozi,
    Yatie mwako kitwani,
    Ulokuwa nao ndani,
    Waamini kwa wastani.

11. Kuna mambo kiongozi,
    Yataka uyamaizi,
    Mepewa wasaidizi,
    Katu siyo vijakazi.

12. Kuna mambo kiongozi,
    Kuyajuwa ni hekima,
    Wakati wa kuchutuma,
    Sijaribu kusimama.

13. Kuna mambo kiongozi,
    Yataka kuzingatia,
    Jihimize kusikia,
    Jiepushe kuchukia.

14. Kuna mambo kiongozi,
    Muhimu uyatambuwe,
    Mti upigwao mawe,
    Una matunda ujuwe.

15. Kuna mambo kiongozi,
    Kuepuka si rahisi,
    Kutajwa kwenye tetesi,
    Na kutukanwa matusi.

16. Kuna mambo kiongozi,
    Huwezi kuyakataa,
    Kuwa wewe ndiye jaa,
    Katika wetu mtaa.

17. Kuna mambo kiongozi,
    Yafahamu siku zote,
    Huwezi pendwa na wote,
    Hivyo kufura uwate.

18. Kuna mambo kiongozi,
    Yataka uwe mkali,
    Lakini si ukatili,
    Haufai tafadhali.

19. Kuna mambo kiongozi,
    Yataka uwe rahimu,
    Ila si wa kibahimu,
    Huo utatugharimu.

20. Kuna mambo kiongozi,
    Kuwa nayo ni hasara,
    Kuongozwa na papara,
    Na kutumwa na hasira,

21. Kuna mambo kiongozi,
    Yataka ukose haya,
    Kusema walokoseya,
    Hata iwe familiya.

22. Kuna mambo kiongozi,
    Kuyafanya ni hatia,
    Kuzikanyaga sheria,
    Na katiba 'loapia.

23. Kuna mambo kiongozi,
    Tangu kae yana ma'na,
    Uongozi ni dhamana,
    Kwa sheria twapeana.

24. Kuna mambo kiongozi,
    Ukiyafanya ni vita,

    Kuvunja uloyakuta,
    Kwa jasho tuloyapata.

25. Kuna mambo kiongozi,
    Kuyavunja ni rahisi,
    Kuyajenga si mepesi,
    Hata uwe mwenye kasi.

26. Kuna mambo kiongozi,
    Yataka kujiandaa,
    Kiyafanya kwa tamaa,
    Utatuletea baa.

27. Kuna mambo kiongozi,
    Ninaomba uyashike,
    Cheo kina mwisho wake,
    Hivyo usihadaike.

28. Kuna mambo kiongozi,
    Uchao uyakumbuke,
    Walokufanya ucheke,
    Usije wapigateke.

29. Kuna mambo kiongozi,
    Ukiyafanya 'tatisha,
    Gari hovyo kuendesha,
    Bila breki ya kutosha.

30. Kuna mambo kiongozi,
    Miye yanisikitisha,
    Usia kuukatisha,
    Kwa wino wangu kuisha.

DHIMA YA MWENYE KIU

1. Mwenye kiu una dhima, ukae ukijijuwa,
   Ya kukichimba kisima, cha maji siyo maziwa,
   Ajabu ukilalama, kuwa kiu yakuuwa.

2. Huna budi kuinama, cha uvungu kuchukuwa,
   Au fanya kuchutama, kama siyo kubong'owa,
   Ajabu ukisimama, huku mato ukitowa.

3. Njia ina michongoma, singojee kutolewa,
   Kwako iwe ni lazima, miba yote kuitowa,
   Ajabu ukiloloma, miba zinakusumbuwa.

4. Ni wajibu kila umma, kiongozi kuchaguwa,
   Umma pia ni hatima, ya kila mchaguliwa,
   Ajabu umma kusema, ya kuwa unaonewa.

5. Hizi mja siyo zama, ya kukaa kufanyiwa,
   Watakiwa kujituma, mwenyewe yako tatuwa,
   Ajabu ukikoroma, kusubiri kutendewa.

6. Beti sita ndiyo koma, ingawa umenogewa,
   Kama wapenda nudhuma, nawe kalamu tukuwa,
   Ajabu washika tama, ukingoja kutungiwa.

MSIBA

1. Ni msiba mumaizi, samawati imepata,
   Usiku hauna mwezi, hazionekani nyota,
   Na Jua halichomozi, ni kama limejifita,
   Kiza na kuona kazi, mwendaji agotagota,
   Hatari mbee iwazi, ambayo yaweza kita,
   Mbingu zinamwaga chozi, aridhi nayo yatota.

2. Ni msiba mumaizi, bustani imeupata,
   Yanuka kimbuzimbuzi, mainzi inawavuta,
   Si ndege yao makazi, vipepeo hutokuta,
   Siyo nyuki sasa nzi, humo ndiyo 'tawakuta,
   Si lolote upuuzi, mzinga kuulengeta,
   Mauwa yamwaga chozi, aridhi nayo yatota.

3. Ni msiba mumaizi, bahari imeupata,
   Ina tope siku hizi, maji ya kuyatafuta,
   Hazipigwi tena mbizi, thama tope za kunata,
   Hayapiti majahazi, hata meli za kivita,
   Haina tena mkizi, samaki wameiwata,
   Bahari yamwaga chozi, makiwa naweka nukta.

UMARIDADI WA PAKA

1. Umaridadi wa Paka, si lolote ni ujinga,
   Kote atarukaruka, haja kubwa kwenye unga,
   Poleyo unayepika, bila kuanza kuchunga.

2. Paka wako mshirika, ulomliya amini,
   Pamoja wote mwapika, na moya yenu sahani,
   Moyoni alofutika, ujuwe hutaamini.

3. Hasira zake mkizi, si lolote upumbavu,
   Aruke apige mbizi, huishia kwenye nyavu,
   Kisha apikwe kwa ndizi, na viumbe nchi kavu.

4. Mkizi mtu ambaye, aso dhibiti hasira,
   Hasara ni malipoye, kwa kutofanya subira,
   Kama weye nisikiye, hazina pato harara.

5. Sinabudi kumaliza, nachelea kuwachosha,
   Maneno sitaongeza, niliyoamba yatosha,
   Naomba yawe mwangaza, yakwangazie maisha.

MAISHA YANGU

1. Maisha ya siku hizi, kwangu yatia udhia,
   Imekuwa kubwa kazi, riziki kujipatia,
   Chai nanywa kwa mluzi, ugali nalumagia,
   Rabbi nakuangukia, okoa langu jahazi.

2. Mjini kwenda shughuli, pesa kujitafutia,
   Mwenzenu sina nauli, moo zaisaga njia,

Vichochoro mbalimbali, kichwani vimetulia.
   Rabbi nakuangukia, itazame yangu hali.
3. Nguo zangu zimechoka, dukani sijangia,
   Vimejazana viraka, ja ramani ya dunia,
   Rangize zimepauka, hadi kinyaa zatia,
   Rabbi nakuangukia, Mola uso mshirika.
4. Chumba ambacho nalala, ndicho ninachopikia,
   Kiko shaghalabaghala, vitu vimekizidia,
   Hiki chumba si aula, kama jela nawambia,
   Rabbi nakuangukia, sishindani na jaala.
5. Mwakisu changu kitanda, jamvi nimetandikia,
   Sio kama ninapenda, mto kutochagamia,
   Nalala kwa kujipinda, sina raha naumia,
   Rabbi nakuangukia, yaguse ninayotenda.
6. Mwisho Mola nihifadhi, na tamaa za dunia,
   Naomba unipe radhi, iwe njema yangu ndia,
   Isinifike faradhi, bila dhambi kutubia,
   Rabbi nakuangukia, niloyaomba nikidhi.

MITIHANI

1. Lile nisilolipenda, kwangu laja kirahisi,
   Mawazo yamenitanda, pa nyati kunasa fisi,
   Sina hali ninakonda, Ya Rabbi nipa wepesi.
2. Lile ninalolipenda, kwangu lanipita kasi,
   Kwakweli ninajipinda, nipate japo kiasi,
   Sipati walau shinda, si bure nina mikosi.
3. Nimefika njia panda, na kujawa wasiwasi,
   Safari ninayokwenda, nakukabidhi Qudusi,
   Niongoze ya kutenda, maisha yawe mepesi.
4. Mwisho sitafika kenda, yatosha niloakisi,
   Mola naomba nilinda, na wafanyao maasi,
   Nategemea kushinda, na kupatiwa nafasi.

LEO NAAGA DUNIA

1. Mwili wangu wenda zima, kifo kimekaribia,
   Baridi mwili mzima, zi ganzi zangu hisia,
   Moyo wote wazizima, si yangu tena dunia,
   Leo naaga dunia, nyote mbaki salama.

2. Mali nilizo zichuma, sibebi zinabakia,
   Msije fanya dhuluma, mirathi kugombania,
   Mpate mtaaluma, aweze kuwagawia,
   Leo naaga dunia, nyote mbaki salama.

3. Siwezi tena kusema, kauli 'shajikatia,
   Nawaomba kwa hishima, muwache kunizulia,
   Mkisema yangu mema, karoho katatulia,
   Leo naaga dunia, nyote mbaki salama.

4. Mizimu chumba kizima, hapa wamenivamia,
   Hawa marehemu jama, ndugu walotangulia,
   Nabaki ninakutema, peke nawashuhudia,
   Leo naaga dunia, nyote mbaki salama.

5. Kitwani kaketi mama, tabasamu kaachia,
   Taratibu akisema, "wakati umefikia,
   Yeo ni yako hatima, huku sasa watujia"
   Leo naaga dunia, nyote mbaki salama.

6. Baba ananitazama, miguuni katulia,
   Hakuna analosema, lakini afurahia,
   Nami ninamtazama, huku nikijililia,
   Leo naaga dunia, nyote mbaki salama.

7. Wavuta sasa mtima, mwangwi ninausikia,
   Aridhi inatetema, mwanga unaniwakia,
   Roho utoke salama, mwenzio ninaumia,
   Leo naaga dunia, nyote mbaki salama.

8. Hapa sasa kaditama, kikomo ninakitia,
   Nakuomba Allahuma, nipate kushahadia,
   Huu mwisho uwe mwema, jannah niweze ingia,
   Leo naaga dunia, nyote mbaki salama.

TUKIPENDE KISWAHILI

1. Tunayo lugha adhimu, si nyingine Kiswahili,
   Ambayo kwetu muhimu, tukatae tukubali,
   Kuikuza yalazimu, kwa namna mbalimbali,
   Tukipende Kiswahili, lugha yetu ya taifa.

2. Lugha hii kwetu tunu, katujalia Dayani,
   Nafahamu muna zenu, ila hii ya thamani,
   Ilitumiwa na TANU, kumtoa mkoloni,
   Tukipende Kiswahili, lugha yetu ya taifa.

3. Kiswahili yatuunga, sote na kabila zetu,
   Lugha moja tunalonga, huku tukifanya yetu,
   Kwayo nchi twaijenga, na kulea wana wetu.
   Tukipende Kiswahili, lugha yetu ya taifa.

4. Ninaomba kuwajuza, masikio yategeni,
   Nyie mno ipuuza, kwa kupenda za kigeni,
   Wenyewe mnajiuza, mwajitia utumwani.
   Tukipende Kiswahili, lugha yetu ya taifa.

5. Hutunzwa mtteza kwao, tukipende kiswahili.
   Hichi ni chetu si chao, ni lugha yetu asili.
   Labda wasio kwao, ndio watakidhalili.
   Tukipende kiswahili, lugha yetu ya Taifa.

6. Beti sita ninafunga, Kiswahili lugha nzuri,
   Tuwache kuibananga, tukiongee vizuri,
   Hao wanao boronga, 'siwache waihasiri,
   Tukipende Kiswahili, lugha yetu ya taifa.

7. MWANA KUWA MSIKIVU.
   Mwanangu na upulike, tena uwe msikivu,
   Langu neno ulishike, vizuri kwa utulivu,
   Ja tunda nikuvundike, ili mwana uwe bivu.

8. Wacha moto sizimike, koma kuutia jivu,
   Ja nyama nikubanike, hivyo siche maumivu,
   Nikupike upikike, hadi uwe lainivu.

9. Soma na uelimike, kuwa mbali na uvivu,
   Mwanangu ufundishike, uwe mja fahamivu,
   Kwa wavyele uambike, kuwa mwana mtulivu.

10. Mkono ulainike, ukunjuke si kivivu
    Mayatima uwashike, usiwe mtu nyimivu,
    Maendeleo yafike, tena yale himilivu.

11. Tamati vazi jivike, vazi la uvumilivu,
    Japo mbichi uridhike, za wenzako kama mbivu,
    Kilicho chako kishike, vyao sionee wivu.

ZIVINDO

1. Vua, samaki majini, zanuba ama bangara,
   Vua, mavazi mwilini, shati au kaptura,
   Vua, toa hatarini, na kuepusha madhara.

2. Jua, kule kubaini, jambo katika fikira,
   Jua, kugusana ttini, na kuitoa bikira,
   Jua, nyota yamkini, huzidi zote kung'ara.

3. Ua, kama asumini, linapendwa na mavura,
   Ua, ni toa mwilini, roho iende ahera,
   Ua, faja baitini, baiti huizingira.

4. Bua, shina mubaini, la mhindi si mpera,
   Bua, huko uhunzini, kwalo moto huwa bora,
   Bua, bei kuwa chini, bidhaa za biashara.

5. Chua, ziwapo walini, walaji zinawakera,
   Chua, singa utosini, viungo pasi papara,
   Chua, toa ulimini, ghururi na masihara,

6. Tua, ushushe rasini, mzigo hata wa gora,
   Tua, ni kuwa makini, pasi kukurukakara,
   Tua, shuka jahazini, likishatia baura.

MPENZI JINI

1. Siko sawa akilini, kwa mawazo nimekonda,
   Nasumbuliwa na jini, anadai anipenda,
   Jamani nifanye nini, Maimuna kaniganda.

2. Hainishi mitihani, kila ndoa aivunda,
   Anataka duniani, tuwe mithili ya kunda,
   Hataki shea sahani, niwe peke wake nyonda.

3. Anaishi baharini, kwenye kasri siyo banda,
   Limejengwa kwa madini, dhahabu tupu varanda,
   Wigo wake ni mitini, iliyo jaa matunda.

4. Hii leo si utani, huko kwake nilikwenda,
   Sijuwi sababu gani, pamoja na kujipinda,
   Nimewata marijani, kubeba zimenishinda.

5. Naapia kwa Dayani, hata chombo sikupanda,
   Kwa miguu nawambiani, siyo meli wala ngwanda,
   Sikudhani sikudhani, kupishana na fuanda.

6. Nifanye nini jamani, naona wingu latanda,
   Anikosesha amani, Dotto nipo ndia panda,
   Kukataa natamani, ila nachelea sanda.

MAPENZI HAYADUMU

1. Mapenzi kama mauwa, hunawiri hunyauka,
   Yashike yakichanuwa, yawache yakikauka,
   Sivyo yatakusumbuwa, uchao ukateseka,
   Hayadumu bila shaka, mapenzi hayana dhima.

2. Mapenzi ni kama kamba, mwisho wake hukatika,
   Mja wacha nakuomba, kuunga lisoungika,
   Ukijitia umwamba, mauti yatakufika,
   Hayadumu bila shaka, mapenzi hayana dhima.

3. Mapenzi kama bahari, hutulia huchafuka,
   Hali huwa siyo shwari, kaskazi ikifika,
   Sipochukuwa hadhari, yatakuuwa hakika,
   Hayadumu bila shaka, mapenzi hayana dhima.

4. Mapenzi ni kama moto, huwaka na huzimika,
   Huyaumiza na mato, pindi moshi ukifuka,
   Vema singoje majuto, yawache ukizimika,
   Hayadumu bila shaka, mapenzi hayana dhima.

5. Mapenzi ni kama ndoto, huzinduka yakinoga,
   Kisha ubaki na mto, shuka ukizivuruga,
   Acha kama si mazito, sije machozi kuoga,
   Hayadumu bila shaka, mapenzi hayana dhima.

6. Mapenzi kama mlima, yapanda pia yashuka,
   Jiepushe na mapema, yakianza teremka,
   Sivyo tapata dhahama, na roho yako kutoka,
   Hayadumu bila shaka, mapenzi hayana dhima.

KAPATIKANA

1. Yaliyobaki masega, sikubakisha asali,
   Kama kuku aso taga, ama mwiku wa ugali,
   Sawa na ule mzoga, ulomtowa akili,
   Kiumbe kabeba kaga, kaona kapata kweli,
   Hakupata hakupata, jamani kapatikana.

2. Ganda la muwa la jana, chungu kaona kivuno,
   Halina sukari tena, hapana tena mswano,
   Ila kwalo ajiona, na kuleta malumbano,
   Mwenzenu kapatikana, kafakamia ndoano,
   Hakupata hakupata, jamani kapatikana.

3. Yangabakia makombo, angaweza ambulia,
   Ila kavamia shombo, hakuna kilo bakia,
   Kwa kufanya usombombo, pua kaiangukia,
   Nilimkanya kitambo, kaidi hakusikia,
   Hakupata hakupata, jamani kapatikana.

4. Anachowaza ndarama, si utu na ihisani,
   Kwa kutaraji naima, kiso chake katamani,
   Nami nikamtazama, abebe zigo jamani,
   Ajuwe sina adama, kanituwa la kichwani,
   Hakupata hakupata, jamani kapatikana.

5. Kama nyumbu akilize, mjinga mbele ya simba,
   Mtake asikilize, tena fanya kumuomba,
   Mtoni 'sijiingize, ovyo ovyo kuna mamba,
   Ajabu niwaeleze, atavuka kwa kutamba,
   Hakupata hakupata, jamani kapatikana.

6. Sasa jasho lamtoka, kama mbuzi wa hitima,
   Mwili umesawajika, kila siku yeye homa,
   Ngozi imempauka, ukimuona huruma,
   Ila bado kuzinduka, aliyenaye nakama,
   Hakupata hakupata, jamani kapatikana.

7. Hapa ninaweka koma, mfikishieni wito,
   Yule mtunga nudhuma, kijana wa Rangimoto,
   Haya ndiyo ayasema, "umeshapita utoto"
   "Ukiingojea ngoma", "pato lako ni majuto",
   Hakupata hakupata, jamani kapatikana.

MSUMARI

1. Ingia yake kwa nyundo, na maguvu hutumika,
   Hutolewa kwa vishindo, kwa nyundo pia hung'oka,
   Maneno pasi vitendo, utaishia kuchoka,
   Msumari pasi nyundo, juweni hautatoka.

2. Kama si nyundo ni vundo, mbao ipate pasuka,
   Waweza tumia nondo, ama jiwe ukitaka,
   Yataka iwe vibendo, ndipo nao utatoka,
   Msumari pasi nyundo, juweni hautatoka.

3. Jamani mbao kwa tindo, haumalizi dakika,
   Vita'vyobaki vidondo, vingi vilo tawanyika,
   Hata pawepo na lindo, lote litadhohofika,
   Msumari pasi nyundo, juweni hautatoka.

4. Kamwe haukai kando, kwa hiyari kujiweka,
   Wenzangu niwape fundo, huo si wa kuraika,
   Hata pafanywe kihendo, na tambiko kutambika,
   Msumari pasi nyundo, juweni hautatoka.

5. Hautoki kwa upendo, hili mujuwe hakika,
   Ivundwe mbao kivundo, vibanzi kutawanyika,
   Tambuweni bila ng'ondo, katu hautachomoka,
   Msumari pasi nyundo, juweni hautatoka.

6. Tufani likiwa pando, mavuno huwa gharika,
   Mawingu yakiwa windo, kitoweo ni masika,
   Tuchunge wetu mwenendo, ndipo tutasalimika,
   Msumari pasi nyundo, juweni hautatoka.

7. Tama napanda kipando, Rangimoto naondoka,
   Tena niongeze mwendo, yasije yakanifika,
   Miye nachelea kondo, na roho yangu kutoka,
   Msumari pasi nyundo, juweni hautatoka.

SI DOGO

1. Si dogo hilo tambua, mja ulilojitwika,
   Kwa kujifanya kujua, kila jambo walishika,
   Sasa ushayatibua, kiumbe wahadhirika,
   Kuwapi kujifutua, jasho linakumwaika.

NIMECHOKA

1. Kwa jinalo naabtadi, Mola uso Mshirika,
   Kipenzicho Ahmadi, kwa sifa alopambika,
   Baraka kwake zizidi, na rehema kadhalika,
   Sijiwezi nimechoka, ninusuru Ya Wadudi.

2. Sikulaumu Wadudi, kwa huku kutaabika,
   Qadari yako jadidi, haiwezwi kukwepeka,
   Sema maji yamezidi, shingoni yamenifika,
   Sijiwezi nimechoka, ninusuru Ya Wadudi.

3. Hakika najitahidi, riziki yangu kusaka,
   Hajasikika mnadi, tayari nishaamka,
   Ila ndiyo sina sudi, ni bure nahangaika,
   Sijiwezi nimechoka, ninusuru Ya Wadudi.

4. Kila pembe ya biladi, Mola wangu nishafika,
   Pamwe na zangu juhudi, bado hayeshi mashaka,
   Hali mbaya yashitadi, nipatacho chanitoka,
   Sijiwezi nimechoka, ninusuru Ya Wadudi.

5. Ni mkwasi wa ahadi, na ndoto za kuzimika,
   Nikishapata nakidi, majanga nayo yazuka,
   Mfano pesa ya kodi, juzi ilinianguka,
   Sijiwezi nimechoka, ninusuru Ya Wadudi.

6. Leo naitika hodi, mwenyenyumba kanidaka,
   Imeshakuwa inadi, pesa yake aitaka,
   Amefura itadidi, matusi yanamtoka,
   Sijiwezi nimechoka, ninusuru Ya Wadudi.

7. Lakabu yangu hunudi, waja wamenipachika,
   Ati sifanyi juhudi, uchao najibweteka,
   Nauliza Ya Swamadi, ni kweli najipweteka?
   Sijiwezi nimechoka, ninusuru Ya Wadudi.

8. Miye mtu ajuadi, sina kono la birika,
   Kwa tabia avidadi, mwilini nimejivika,
   Na usafi wa fuadi, sijawahi kupendeka,
   Sijiwezi nimechoka, ninusuru Ya Wadudi.

9. Baadhi wanihusudi, ili nipate teseka,
   Roho zao asuwadi, hali nyusoni wacheka,
   Waumbue wangu Badi, walopanga kunizika,
   Sijiwezi nimechoka, ninusuru Ya Wadudi.

10. Mwisho ninakuhimidi, Dayani Mtakasika,
    Nakuomba unihidi, nisije kukengeuka
    Nachelea kuritadi, Mola fanya kunishika,
    Sijiwezi nimechoka, ninusuru Ya Wadudi.

HUWEZI

1. Ukoge damu ya mbuzi, na maji ya zamuzamu,
   Maliza yote mizizi, mafusho na talasimu,
   Jivike na mahirizi, chanja chale kemukemu,
   Ni bure wajidhulumu, kama huwezi huwezi.

2. Njia panda vunja nazi, zilizochorwa kwa damu,
   Utabane kwa henezi, huku wachinja hamamu,
   Maliza wote ulozi, ambao waufahamu,
   Ni bure wajidhulumu, kama huwezi huwezi.

3. Ukalipande jahazi, uwende Tanga na Lamu,
   Ukawafate wajuzi, walo na sifa adhimu,
   Kwao uchukuwe kozi, wakufundishe nudhumu,
   Ni bure wajidhulumu, kama huwezi huwezi.

4. Kipaji kitu azizi, hakina chuo fahamu,
   Hukadiria Mwenyenzi, cha kumpa mwanadamu,
   Usije pata banguzi, kisicho riziki sumu,
   Ni bure wajidhulumu, kama huwezi huwezi.

5. Tamati sijipe kazi, ambayo takugharimu,
   Mja huoni tatizi, kushindana na kalamu,
   Nakwambia waziwazi, wainunua jahimu,
   Ni bure wajidhulumu, kama huwezi huwezi.

NIMEJIFUNZA SI HABA

1. Sili kitu nikashiba, bila kuwafikiria,
   Ndugu zangu maswahiba, akilini hunijia,
   Wanacho japo kibaba, cha unga wa kupikia,
   Kama hawana adhaba, kutwa nzima 'taumia,
   Hadi nitowe akiba, wapate kujipikia,
   Hivi wako wapi sasa?

2. Sasa nipo kwenye miba, mwenyewe ninaumia,
   Hayakuwa matilaba, haya sikutarajia,
   Siwaoni maswahiba, wamebadili na ndia,
   Masikio wameziba, hawataki nisikia,

    Wameyafuta kwa raba, yote nilowafanyia,
    Sipokuwa wangu pacha.
3. Nishajifunza si haba, kwa haya 'nayopitia,
    Mlipo mama na baba, naona mlonambia,
    Imejaa ukahaba, haina wema dunia,
    Machoye imeyaziba, ba'da ya kunitumia,
    Hatunao ukuruba, sifai nina udhia.
    Ila si kwa wangu, pacha.
4. Mjini jama kwakaba, shamba nimekimbilia,
    Nimetafuta jaluba, banda 'mejinunulia,
    Hilo banda ni msiba, mlango khofu watia,
    Sina kufuri la shaba, ama chuma nawambia,
    Kwa jibati nimeziba, na kamba nimefungia,
    Japo ninyoshe ubavu.
5. Nakuomba Mungu Baba, kilio changu sikia,
    Dhiki zimekuwa ruba, miye zaning'ang'ania,
    Nimemaliza mikoba, hazitaki 'niwachia,
    Rukiya na kila tiba, ila bado naumia.
    Leo ninafanya toba, Mola nakuangukia,
    Mungu naomba shifaa.

KUTUNGA

1. Mwanga mvamia pungo, kilingeni kwa mganga,
    Sawa na watunga tungo, huku wakiziboronga,
    Kisha kwa zao borongo, wajivike umalenga,
    Bora lende si kutunga, ni kuzidhulumu tungo.
2. Padri mchora kisango, na hirizi kuzifunga,
    Sawa na wabeba bango, la kujinadi watunga,
    Kumbe watungazo nongo, hawajijuwi mabunga,
    Bora lende si kutunga, ni kuzidhulumu tungo.
3. Shetani hasa kibwengo, saumu anapofunga,
    Sawa na wao utungo, wa kubananga bananga,
    Kisha wajipa kiwango, kama kile cha wahenga,
    Bora lende si kutunga, ni kuzidhulumu tungo.

4. Mpishi asiye bongo, mpika wali na chunga,
   Sawa na wao mpango, wa tungo wanazotunga,
   Tungo mapengo mapengo, kisha waziita kunga,
   Bora lende si kutunga, ni kuzidhulumu tungo.

5. Latakikana komango, na chungio la kuchunga,
   Waipinde na migongo, ndipo watapata unga,
   Wakileta rongorongo, hawapati japo chenga,
   Bora lende si kutunga, ni kuzidhulumu tungo.

6. Kibeku pamwe na ungo, wangakazana kuwanga,
   Halitimu lao lengo, la kulitawala anga,
   Watavundika migongo, anga aranda kipanga,
   Bora lende si kutunga, ni kuzidhulumu tungo.

7. Kwenda vitani na gongo, ama kuenda na panga,
   Sawa kutaka ulingo, na mimi Jini Kinyonga,
   Kama wanao ubongo, wazitunge za kulenga,
   Bora lende si kutunga, ni kuzidhulumu tungo.

8. Mwisho hiki ni kigongo, kimekuja kuwagonga,
   Wao wenye tongotongo, wasiojuwa kutunga,
   Ngoma hii kisamango, kiroja wacheza vanga,
   Bora lende si kutunga, ni kuzidhulumu tungo.

www.ingramcontent.com/pod-product-compliance
Lightning Source LLC
Chambersburg PA
CBHW011952150426
43196CB00019B/2920